# A WAITING LOVE

## THE STRENGTH OF LOVE

RITHIK VISHVARAJ M H

Copyright © Rithik Vishvaraj M H
All Rights Reserved.

# Contents

# Contents-Languages

# I

# A WAITING LOVE

**ENGLISH**

Once upon a time in Kodaikanal, there was a child called Charan. He has a mother named Pallavi. Pallavi is a musician and an excellent singer. He was enjoying his childhood days. He always asks about his father because when he was born, only his mother take care of him. And till now, he didn't see his father. But his mother didn't tell him about his father.

And in school, every child has their father to drop & pick up their child, which will be possessive to him. So every child comes with their father, but he alone comes with his mother. So from that day, he hated his father. He has a truthful friend called Chidambaram. Chidambaram is also called "CHIKU".

Every summer holiday, a girl will come to her grandma's house called Keerthi. The grandma was named Sowpernika.

On a sudden day, a miracle happens, A bus has stopped due to a tire puncture on the halfway journey to Kodaikanal, at that place, Charan was there. When he saw the tire puncture, he helped the bus by requesting the mechanic in that village to fill the air in the tire. In that hill station, Ghafur is the only talented mechanic, and he is in poverty and has a girl child named Ashique. Ashique has anger at his father because he didn't tell her bout her mother. And everyone thanked Charan make this a great responsibility. On that bus, Keerthi also stayed. And she also thanked him, and Charan and Keerthi became good friends.

And every year, Keerthi will come to him to meet him. But suddenly from 9$^{th}$ standard to college, she didn't come on vacation. As days passed slowly, her memories were fading in his heart. And he finished his schooling and college. He and his friend Chiku were enjoying their exploration & having fun forever.

On a sudden day, the same miracle happens, A bus has stopped due to a tire puncture on the halfway journey to Kodaikanal, in that place, Charan and Chiku were there. the same bus driver requested him to call the mechanic, but he refused. then he helped the bus by filling the air by himself because Ghafur is not feeling good.
The same situation happen, and everyone thanked Charan for making this a great responsibility. He also entered the bus.

All of the sudden, he saw Keerthi, but he didn't recognize her face and she didn't realize his face. But he loved her at first sight. At a stop near Keerthi's grandma's house, Keerthi was taking her luggage and moving on to her grandma's house with joy. But Charan has a doubt, why was she going to Keerthi's house? To clear that, he also followed her and gave a talk to her. After reaching her grandma's home, her grandma cried in love that her granddaughter Keerthi has come to her house. Then only Charan acknows that is Keerthi and Keerthi acknows that is Charan. Both of them feel wonderful in nature of love, and they met up together eight years ago.

Then Charan fell in love with Keerthi. Charan followed and stalked Keerthi. And at a devotional occasion, Keerthi was dancing Barathanatiyum beautifully, which has seen by Charan from a focal distance, and he imagined that he was dancing with Keerthi. And finally, he proposed to Keerthi, and she accepted the proposal.

Then they enjoyed their life every single minute. On one fine day, they met up and spoke up. But still, Charan doubts why every summer occasion, Keerthi is coming here. So that he wants to clarify to her. She simply said that there is magic beyond this area and every year she comes to this area to try to find the maximum amount of magic, but every year she just wastes her time in search of this magic. Till now she didn't found the magic. So she requested him to help in finding the magic beyond this area. From that second Charan acts as a tourist guide to her. He and she visited more places like Lake boating, Cycling, Eating bread omelet, visiting temples, churches, mosques, botanical gardens, Homemade chocolates, campfires, Long drive-in bikes, etc. But nothing has worked.

That night he didn't sleep and thought about the magic. He referred to books, newspapers, articles, T.V. channels, and so on. But it didn't work. She also did the same thing and referred a lot, but it also didn't work. So he referred to his mother, friends, and people. The same thing is also done by Keerthi by asking her grandma, relatives, friends, family, etc. But people's ideas didn't work for them. So it failed.

On a silent night, Charan was sleeping. A light of thunder woke up his eye, and the sound of the thunder woke up his fear and brain. Suddenly he woke up and thought of an idea at 3:43 AM. He searched for an idea in the articles and got the plan.

The next day, he called Keerthi by telephone to come to show him a place. Keerthi was dressed up and ready in the corridor and waiting for him. Finally, he came and picked her up by closing her eyes with a cloth. And went a long journey and finally, the destination arrived. Slowly Charan opened her eyes and showed the view of Kodaikanal from Pillar rocks. Keerthi was speechless when air breathed by her lungs felt the freshness when her feet touched the ground falls her shivers when her eyes seeing that view contracted her tears when her ear listens to birds chipping her emotions came up into love. She cried and hugged Charan. Then he proposed his marriage proposal and she also accepted. Keerthi asked how he knows about this place of view. he replied that his mother and himself came to this place in childhood.

2 YEARS BEFORE, Chiku loved a girl named Thaniska. But she is a senior to Chiku. She finished her degree but he did his last year. But her parents were forced into marriage. But she refused the fiance's proposal. She can't wait till Chiku's degree because of his arrears. So she broke up with Chiku and married her fiance. Chiku is a jolly type, he always makes someone fun and laughs. So he also takes this as a fun was thought by his friends.

One fine evening, Chiku, Charan, and Keerthi were in the hotel. At that same time, Chiku's lover came to the hotel with her husband and her baby. Chiku was shocked and embarrassed by her baby. When they introduced themself. In this scene, everything is collapsed. The baby pushed Chiku, and he falls onto the table, near him the waiter pushed the jug of hot water, the jug fell into a fat lady and threw the jug to him but she aimed wrongly and hit another businessman and he threw them to another customer and hit another man and goes on. And finally, the owner stopped that act, but that jug again hit the owner and finished this parody fight. Everyone returned safely to their home.

The next day, Keerthi was sad because her parents also searching for a fiance, so she called Charan to meet him. When she told up the news, he was upset. Then she told me that there is one solution to solve this. The solution is, that Charan wants to talk to his father that he wants to marry her. But he has a fear of his mom. So that he denied it. She requested more times but he denied it. So that she broke up with Charan. Charan was in depression. Ghafur advised him but it did not work. Chiku advised him that " You think that I am being so happy but the real fact is I am crying in my heart, every minute I am thinking about Thanishka. When I met her in the hotel, I was embarrassed by Thaniska. And still, now I am loving her and she loves me till now because when I saw her eyes the same love has been still there. I lose my chance at love. But if you think you can make changes."

When he heard these words he went to his home and shouted to his mother "why you are not giving him freedom". His mother has been calm and quiet until he talks badly about his father. Then his mother tells him about his father.

25 YEARS BEFORE, Charan's mother is a street musician and tourist guide near the lake. One fine day, Pallavi sings a beautiful song. Nearby her, Indian military soldiers have a batch trip. In that group, a military general named Abishake heard the song and melted his emotions into tears. After the song finished everyone praised her and went to do their job. Then they introduced themselves. And talks about his life and he is also a musician but because of his poverty, he sacrifices his music career and led to military school because food, education, and dress are free. So he joined there. Then he requested her to give him a tour guide of Kodaikanal. For money's sake, she accepted.

The next day, he and she visited more places like Lake boating, Cycling, Eating bread omelet, visiting temples, churches, mosques, botanical gardens, Homemade chocolates, campfires, etc.

The next day, he came and picked her up by closing her eyes with a cloth. And went a long journey and finally, the destination arrived. Slowly Abishake opened her eyes and showed the view of Kodaikanal from Pillar rocks. Pallavi was speechless when air breathed by her lungs felt the freshness when her feet touched the ground falls she shivered when her eyes seeing that view contracts her tears when her ear listens to birds chipping her emotions came up into love. She cried and hugged Charan. Then he proposed his marriage proposal and she also accepted & married successfully. From there it started.

When she was in the last stage of pregnancy. Abishake has worked on the Indian border, before the delivery of his child, he went away to fight between borders. So he said to promise that until he didn't come, this child should not know about him. She also promised that. For this reason, only she didn't tell him about his father to his son. When he goes, he taught a half piano song to her, and another half piano song was known to him. So that the love can be musically structured to be conveyed.

After one year, he still didn't come to his home. In search of him, she left her son in a neighbor's house. She went to Chennai Military Station in search of him. But at the same minute, he went to Kodaikanal to see his child and his wife. But the bad luck gives sadness, both of them are in different cities searching for them. Each of them thought that they lost them.

So from that day, I waited for him. Charan crying by lying on her thigh and holding her hand in belief. So then she realized that if she waited for that day then Charan will have a father, this problem all started because of her loss of patience.

Charan has a desire to see his father. So her mother also helped him by giving him the address of his friends to gather information about his father.

The next day, Keerthi is moving to her living town in Chennai. Grandma was crying so hard because her granddaughter is going to her town. Charan requested sorry from her, but she didn't accept the sorry. Then she left Kodaikanal.

After a week, he searched for military general Abishake in books, newspapers, articles, T.V. channels, etc. Then he thought to collect information and address from his father's friends by meeting them. So that mechanic Ghafur came to his home and gave him a bike to find his father. For that help, he hugged Ghafur. And many people gave some money to Charan. And Charan makes a promise that he will find his father and live with them. He finally told everyone that he is going to find his father.

After he went out of the hill station, he was remembering his life journey in the long journey. He thought about his life milestones in every mile he crosses. He thought about his problems and found his solution from his heart.

Then finally, Charan arrived in Chennai to find his father. Charan has a picture of his father's batch, the address of his father's friends, a bottle full of water, his mother's photo, some clothes to wear, and some money from the people. His father has ten friends.

Charan went to see his father's first friend. he asks about his father And tells him that his father has stayed two weeks ago, and he said that he is going to stay at his second friend's house. Charan asks about his wife, he replied that three months before, she has left because of a small fight.

Charan went to see his father's second friend. he asks about his father And tells him that his father has stayed two weeks ago, and he said that he is going to stay at his third friend's house. Charan asks about his parents, he replied that four months before, they have left because of his wife.

Charan went to see his father's third friend. he asks about his father And tells him that his father has stayed two weeks ago, and he said that he is going to stay at his fourth friend's house. Charan asks about his drinking addiction, he replied that three months before, his ambition to get that medal, but it has left because he was retired.

Charan went to see his father's fourth friend. he asks about his father And tells him that his father has stayed two weeks ago, and he said that he is going to stay at his fifth friend's house. Charan asks about his sadness, he replied that three weeks before, his privacy was hacked by another person.

Charan went to see his father's fifth friend. When he knocks on the door, a nine years old girl named Priya opened the door and asks about her father. then Charan helped Priya by preparing some food and giving it to her. Charan asks about her father, she replied that three weeks before, he has arrested because of a loan matter, the loan was paid as her school fees. Charan asks about her mother, and Priya replied that when Priya was born her mother died. He asks about his father And tells him that his father has stayed two weeks ago, and he said that he is going to stay at his sixth friend's house.

Charan loses his temper and patience, but his mother's words "this problem all started because of her loss of patience." So it has been nighttime and stayed in Priya's house. He thinks about why his father did these stupid things. He knows that his father is telling him something.

The next day, he prepared to meet another five friends of his father. With Charan, Priya also prepared to go with him.

Charan went to see his father's sixth friend. he asks about his father And tells him that his father has stayed one week ago, and he said that he is going to stay at his seventh friend's house. Charan asks about his grandparents, he replied that three months before, they have died.

Charan went to see his father's seventh friend. he asks about his father And tells him that his father has stayed one week ago, and he said that he is going to stay at his eighth friend's house. Charan asks about his house, he replied that three months before, the house has been sold because it gives him a stroke of bad luck.

Priya loses his temper and patience, so she tells that why could they go to his but he told his mother that this problem all started because of her loss of patience. So it gives a belief that his father can be found.

Charan went to see his father's eighth friend. he asks about his father And tells him that his father has stayed one week ago, and he said that he is going to stay at his ninth friend's house. Charan asks about his sister, he replied that three months before, she has left because she loved a boy.

Charan went to see his father's ninth friend. When he knocks on the door, Keerthi opened the door and was shocked to see him, she has tears in her eyes but she controlled the tears. Charan thought that this a the moment to say his extreme love for Keerthi, so he said his love to her father, first her father slapped him in anger and Charan calm down and convince her father, then her father accepted. he asks about his father And tells him that his father had stayed five days ago, and he said that he is going to stay at his tenth friend's house. Charan asks about his tenth friend, he replied that he had betrayed him.

Charan went to see his father's tenth friend. He asks about his father And tells him that his father has stayed three days ago, and he said that he went to his house. Charan was so happy that finally, he found his father's address. Charan asks about his guilt, he replied that he had betrayed his friend.

Charan is happy to see his father at last. Finally, he got the address of his father's residence. Charan and Priya went to his father's residence. He saw all the memories were picked as photos and hung on the walls. He saw his father and mother's young photos and burst into tears. He was looking for his father but no other go. There is a voice heard in a nearby room. The voice was his mother's voice. He took long steps to the room. There is an old radio full of dust. Under it, there is a small visiting card. In that visiting card, there is an address in written format. Charan and Priya went to the address.

There they searched for his father. Finally, an old man is sitting on the stone bench. Slowly Charan moves towards the old man looking for his father. He cried his father's name to the old man. "Abieshake!" he exclaimed. Priya awaited to be his father because Charan made more efforts to search for his father. So she wishes him to get his prize. Luckily he found out about his father. His father turned his head to 90 degrees, his lips smiled in a normal way, and said the name "CHARAN.." and a small tear burst out from his father's right eye. Charan exclaimed, burst out of tears, and kneel his head to the knees of his father. He cried a lot and said about his mother's holding back for 25 years. He said his daily problems were faced by him because of his father.

After this scene, Charan asks why his father stayed here for this many years. Charan asks him why wandering around his close friend's houses and not staying in his house. Charan asks so many questions to his father but silence is maintained by his father. His father said, "Is that over? any other queries. You finished your talk. Let me tell you your answers. I was in a tough job, it is not a job, but it is. The military, the nation, and the patriotism choose me. I have worked great in the military backup. So my senior chief has more respect for me compared to others. When I came to Kodaikanal, I just fell on the voice of my wife. Then after that, I thought that I am not an orphan, now I have a chance to make my own family. So I decided to resign from the job in the military and settle with your mother. But the patriotism to the nation gave me advice not to skip my duty to the nation. So I continued it. The senior chief was so adamant about not leaving the duty. An urgent border attack came to the nation 'Battle of Longewala'. So totally 120 soldiers near the borders, but in Pakistan, there are nearly 2000 to 3000 soldiers So the senior-most colonel asked the other soldiers to participate in the battle most of them refused it even I, but the senior chief brainwashed me, so I accepted the terms. After the battle, our nation won the victory. After this incident, I asked permission to see you and your mother. I thought to make a surprise visit to your mother but when I reached Kodaikanal, you and your mother were not there. I collected as details as I can. But no information about you and your mother. The only battle of Longewala completed not the war. The indo-Pakistani war continues, I was the major role to play in that war. I can see you at any time but I can't see the nation at any time. So I fought against the war, another war, another war, another war, and so on. I informed about more statics used in a war. But I learned nothing about you and the life I struggle with. Every day the nation's health increases and the patriotism inside me increases. But I lost my love to the core against my lovable wife. The more I learned, the more the promotion I get. Finally, I retired at the age of 54 (Colonel-rank officer). I tried my level best to see your face and your mother's face but I can't. At last, I had an opportunity to see you but with what face I can see you. You would lose your childhood because of me. I came to Kodaikanal. and even I saw you and your mother. But I can't tell you as I am your father and you're my wife because my wife had been said to you as I'm dead or any other reasons. So I thought that you'll be enjoying your life without me. If I said this to you, you will be angry with me at any risk. So I moved on, pouring out tears with the rain. And visited my first friend's house and welcomed me with a warm greeting. they gave me coffee asks to stay here for a day and I asked him about his family, he replied that three months before, she had left because of a small fight. So that I understand that God sends me to save the nation, God sends me now to make changes to my friend's families. To analyze the problem and make changes but I can't do this God gave me chance to make the nation into peace, now I should give the chance to someone whom I can trust. the only one of my choice is you. 'NOW YOU SHOULD PROVE TO MY SON THAT YOU ARE MY

SON. COME ON ANALYZE THE PROBLEM AND DO WHAT YOUR HEART SAYS AND ANALYZE YOUR SOLUTION. DO IT IN A QUICK MANNER.' The first time I am going to say to you 'THE SORRY'."

Charan doesn't know the situation and understands it. He thinks a while about what to do. He thinks of more methods but he has the fear of whether they will fail or not. Finally, he decided on an idea for the people who hear ALL INDIA RADIO FM. He thought to speak to the public about their problems and find the solution to their problems.

The next day Charan and his father went to the ALL INDIA RADIOSTATION for asking permission. But the manager is not leaving them to talk. So they called the senior chief to ask permission. The manager permitted the radio talk advisory.

Charan was a bit nervous to talk, but he tried his level best to control the fear. Priya was encouraging Charan to do so. Charan went to the radio booth. Put on his headphone on his head. Mics were on, and finally, he speaks. He said " I am Charan, Today I am gonna talk about the daily problems that are faced by you. Everyone has fear of something, someplace, some persons, some jobs, some kinds of stuff, right. You are different from others. You suppose to ask about the price of anything. But not about the value of anything. You can buy a clock but not the time. You can buy a house not as comfortable as a home. You can buy a portion of food but not the taste right. You can buy a book but not the story. Price is different from the value. But anyhow you can't even buy a person. From morning through night you face different problems, and those problems show off to the lovely people who care for you, it can be your mother, your father, your wife, your friend, your pet, anybody. But if you think about their position, what will you do. A big question mark. Okay, let us do one thing. Every little thing happens for a reason. The one who understands the purpose of the phenomena and acts accordingly, and fights back moves forward.

It is easy to blame situations. But it is tough to accept the blame. You blame a person, a thing, an animal, time, dress, home, food, etc. But you didn't accept your mistakes. Although it is tough, you can try your level best to control it. Think about your mother where she is waiting for you. Think about your father where she is waiting for you. Think about your wife where she is waiting for you. Think about your siblings where they are waiting for you. Think about your pet where it is waiting for you. Everything is there for you but you are not utilizing it properly. Your mother is not waiting whether you are coming safely. Your father is not waiting for your salary. Your siblings are not waiting for your gifts. Your wife is not waiting whether you eat your lunch well or not. Your pet is not waiting to play with you. Everybody is waiting for your love and support. These examples are just a part of love. It's not love. And they are expecting your love. But some people what they are doing. They have stress, tension, and depression in their daily routines and show off their bitter, anger to the lovable people. This leads to a broken nation of relationships. The lovable people wait for you for about so many hours. If you didn't understand their nostalgia and speak whatever your subconscious thinks it emotionally hurts them. Please don't show your anger to your lovable creatures. Stars are more in the night sky, but everyone talks about the moon. Thank you."

5 CRORE people were hearing it. Everyone who heard it was crying at that moment. Even some shops gave leave and everyone looked to their home and everyone sharing their problems gaining their solution. Even 10 friends of Abieshake were gaining their lost relationships and everyone was happy. This incident was expected by Abieshake. Priya's father was released and they hugged each other. And 10 friends are thanking Charan for an emotional speech. Keerthi hugged Charan. His father was very proud to be his son and said to Charan " I'll make her marry, don't worry.". Abieshake was crying in a corner and asked Charan to see his beloved wife. Charan says a bye to everyone and travels with his father.

He reached Kodaikanal. Everyone in the city heaven of the divine city was happy. Everyone welcomed Charan and his father. His father looked upon every moment that took place for more than 20 years. He is recalling his memories of his beloved wife. Chiku came near Charan and hugged each other. Ghafur came near him and hugged each other. And finally, Ghafur says the truth to the people of the divine city. He said" I married a Christian woman named Jaana. She studied mechanics with me. And married me. I can't take care of her because of the low salary I get. For that, she left me alone. One fine day their family took her and married another guy at that time also she didn't leave because I have 10 times more love and support with my daughter. So I pray to Allah to save me and my daughter. At that moment Ashique hugged Ghafur and requested sorry to him. EVERYONE WAS VERY HAPPY. ONLY SMILING SIGNS AND LAUGHING MOMENTS TOOK PLACE.

At last, Abishake was going to see his wife. He was in little bitterness but now he has the guts more than wars. When he entered the house, a piece of small melodic piano music is rising. Pallavi was singing the half piano song that was taught by Abieshake in the earlier scene. And finally, they both sing together the song and everyone in the scene was bursting out into tears.

After one year Charan and Keerthi married. And one male baby was born. Keerthi done a mistake that too forgets Charan's memories. So she applies for an FRCS degree in London for 4 years. So she left her husband and her child in Kodaikanal.

After 4 years, on July 23, 1996, she was returning to Kodaikanal after finishing her degree. Charan was waiting at the Kodaikanal Railway Station and no one was there. Charan was sitting alone on a stone bench with small white hair, a formal outfit, and a reading glass. Slowly a small hand raised and kept on their thighs of Charan. That's Charan's son Sanjay. Sanjay is eagerly waiting for his mother. Sanjay asks "When mother will come.". Charan replied by saying "wait for a few minutes, she is arriving.". Slowly there is train arrived. Keerthi was older stepping into the railway station and was surprised by the growth of Sanjay. She was speechless and hugged each other and FINALLY, SANJAY SAID: " I WAITED FOR YOU MOM, LOVE YOU." ALL IT IS OVER.

THANK YOU.

MORAL: RELATIONSHIPS ARE BORING UNTIL YOU REALIZE IT IS A BONDING.

THE END.

# II

# காத்திரஃகஃம் காதல்

தமிழ்

ஒரஃ சமயம் கொடைக்கானலில் சரண் என்றஃ ஒரஃ கஃழந்தை இரஃந்ததஃ. இவரஃக்கஃ பல்லவி என்ற தாய் உள்ளார். பல்லவி ஒரஃ இசைக்கலைஞர் மற்றஃம் சிறந்த பாடகி. அவர் தனதஃ கஃழந்தை பரஃவ நாட்களை அனஃபவித்தஃக்கொண்டிரஃந்தார். அவர் எப்போதஃம் தனதஃ தந்தையைப் பற்றி கேட்பார், ஏனென்றால் அவர் பிறந்தபோதே, அவரதஃ தாய் மட்டஃமே அவரை கவனித்தஃக்கொள்கிறார். அதஃவரை அவன் அப்பாவைப் பார்க்கவில்லை. ஆனால் அவனஃடைய தாய் அவனிடம் அப்பாவைப் பற்றி சொல்லவில்லை.

மலேஃம் பள்ளியில், ஒவ்வொரஃ கஃழந்தைக்கஃம் தங்கள் தந்தையை விட்டஃவிட்டஃ அழைத்தஃச் செல்ல வேண்டஃம், அதஃ அவரஃக்கஃ உடைமையாக இரஃக்கஃம். எனவே ஒவ்வொரஃ கஃழந்தையஃம் தங்கள் தந்தையஃடன் வரஃகிறார்கள், ஆனால் அவர் மட்டஃமே தனதஃ தாயஃடன் வரஃகிறார். அதனால் அன்றஃ மஃதல் அவன் தன் தந்தையை வெறஃத்தான். அவரஃக்கஃ சிதம்பரம் என்றஃ ஒரஃ உண்மையைஃள்ள நண்பர் இரஃக்கிறார். சிதம்பரம் "சிக்கஃ" என்றஃம் அழைக்கப்படஃகிறதஃ.

ஒவ்வொரஃ கோடை விடஃமஃறையிலஃம் கீர்த்தி என்ற பாட்டி வீட்டிற்கஃ ஒரஃ பெண் வரஃவாள். பாட்டியின் பெயர் சௌபர்னிகா.

திடீர்னஃ ஒரஃ அதிசயம் நடக்கஃதஃ, கொடைக்கானலஃக்கஃப் போகஃம் வழியில் பாதி வழியில் டயர் பஞ்சராகி பரேஃந்தஃ நின்றதஃ, அந்த

இடத்தில் சரண் இருந்தான். டயர் பஞ்சராவதைக் கண்ட அவர், அந்த கிராமத்தில் உள்ள மெக்கானிக்கிடம் டயரில் காற்றை நிரப்பும்படி கேட்ட பேருந்திற்கு உதவினார். அந்த மலைப்பிரதேசத்தில் கஃபுர் மட்டுமே திறமையான மெக்கானிக், வறுமையில் வாடும் அவருக்கு ஆஷிக் என்ற பெண் குழந்தை உள்ளது. ஆஷிக் தன் தாயிடம் செல்லாததால் அப்பா மீது கோபம். மேலும் சரண் இதை ஒரு பெரிய பொறுப்பாக மாற்றுவதற்கு அனைவரும் நன்றி தெரிவித்தனர். அந்த பஸ்சில், கீர்த்தியும் தங்கினார். மேலும் அவளும் அவனுக்கு நன்றி கூற, சரண் மற்றும் கீர்த்தி நல்ல நண்பர்களானார்கள்.

மேலும் ஒவ்வொரு வருடமும் அவரை சந்திக்க கீர்த்தி வருவாள். ஆனால் திடீரென்று 9ம் வகுப்பு முதல் கல்லூரி வரை விடுமுறையில் வரவில்லை. நாட்கள் செல்ல செல்ல அவளின் நினைவுகள் அவன் இதயத்தில் மறைந்து கொண்டிருந்தன. மேலும் அவர் தனது பள்ளி மற்றும் கல்லூரி படிப்பை முடித்தார். அவனும் அவனது நண்பன் சிக்கவும் தங்களுடைய ஆய்வுகளை எப்போதும் அனுபவித்து மகிழ்ந்தனர்.

திடீரென ஒரு நாள் அதே அதிசயம் நடக்கது, கொடைக்கானலுக்குப் போகும் வழியில் பாதி வழியில் டயர் பஞ்சராகி பேருந்து நின்றது, அந்த இடத்தில் சரணும் சிக்கவும் இருந்தார்கள். அதே பேருந்து ஓட்டுனர் மெக்கானிக்கை அழைக்கும்படி கேட்டுக் கொண்டார், ஆனால் அவர் மறுத்துவிட்டார். பின்னர் கஃபுருக்கு உடல்நிலை சரியில்லாததால், தனியாக காற்றை நிரப்பி பேருந்திற்கு உதவினார். அதே நிலைதான் நடக்கும், இதை ஒரு பெரிய பொறுப்பாக மாற்றியதற்காக அனைவரும் சரண் நன்றி தெரிவித்தனர். அவனும் பேருந்தில் நுழைந்தான்.

திடீரென்று கீர்த்தியைப் பார்த்தான், ஆனால் அவள் முகத்தை அவன் அடையாளம் காணவில்லை, அவள் முகத்தை உணரவில்லை. ஆனால் முதல் பார்வையிலேயே அவளைக் காதலித்தான். கீர்த்தியின் பாட்டியின் வீட்டிற்கு அருகில் இருந்த ஒரு நிறுத்தத்தில், கீர்த்தி தன் சாமான்களை எடுத்துக் கொண்டு பாட்டியின் வீட்டிற்கு மகிழ்ச்சியுடன் நகர்ந்து கொண்டிருந்தாள். ஆனால் சரணுக்கு ஒரு சந்தேகம், அவள் ஏன் கீர்த்தியின் வீட்டிற்கு செல்கிறாள்? அதைத் தெளிவுபடுத்த அவனும்

அவளைப் பின்தொடர்ந்து அவளிடம் பேச்சு கொடுத்தான். பாட்டி வீட்டை அடைந்ததும், பேத்தி கீர்த்தி தன் வீட்டிற்கு வந்துவிட்டதாக பாட்டி காதலில் கதறி அழுதார். அப்போதே சரண் தான் கீர்த்தி என்பதை ஒப்புக்கொள்கிறார், கீர்த்தி தான் சரண் என்பதை ஒப்புக்கொள்கிறார். அவர்கள் இருவரும் அன்பின் இயல்பில் அற்புதமாக உணர்கிறார்கள், அவர்கள் எட்டு ஆண்டுகளுக்கு முன்பு ஒன்றாக சந்தித்தனர்.

அப்போதே கீர்த்தியை சரண் காதலித்தார். சரண் பின்தொடர்ந்து சென்று கீர்த்தியை பின்தொடர்ந்தான். மேலும் ஒரு பக்தி நிகழ்வில், கீர்த்தி பரதநாட்டியத்தை அழகாக நடனமாடினார், அதை சரண் கூவிய தூரத்தில் இருந்து பார்த்தார், மேலும் அவர் கீர்த்தியுடன் நடனமாடுவதாக கற்பனை செய்தார். இறுதியாக, அவர் கீர்த்தியை முன்மொழிந்தார், அவள் அந்த திட்டத்தை ஏற்றுக்கொண்டாள்.

பின்னர் அவர்கள் ஒவ்வொரு நிமிடமும் தங்கள் வாழ்க்கையை அனுபவித்தனர். ஒரு நல்ல நாளில், அவர்கள் சந்தித்த பேசினர். ஆனாலும், ஒவ்வொரு கோடை காலத்திலும் ஏன் கீர்த்தி இங்கு வருகிறார் என்று சரண் சந்தேகிக்கிறார். அதனால் அவர் அவளுக்கு தெளிவுபடுத்த விரும்புகிறார். இந்தப் பகுதிக்கு அப்பால் மாயாஜாலம் இருப்பதாகவும், ஒவ்வொரு வருடமும் இந்தப் பகுதிக்கு வந்து அதிகபட்ச மாயத்தைக் கண்டுபிடிக்க முயற்சிப்பதாகவும், ஆனால் ஒவ்வொரு ஆண்டும் இந்த மந்திரத்தைத் தேடி நேரத்தை வீணடிப்பதாகவும் அவள் வறுமனே சொன்னாள். இன்றுவரை அவள் மந்திரத்தைக் கண்டுபிடிக்கவில்லை. எனவே இந்த பகுதிக்கு அப்பால் உள்ள மாயத்தை கண்டுபிடிக்க உதவுமாறு அவள் அவரிடம் கேரினாள். அந்த வினாடியில் இருந்து சரண் அவளுக்கு சுற்றுலா வழிகாட்டியாக செயல்படுகிறான். லேக் போடிங், சைக்கிள் ஓட்டுதல், ரொட்டி ஆம்லெட் சாப்பிடுவது, கோவில்கள், தேவாலயங்கள், மசூதிகள், தாவரவியல் பூங்காக்கள், ஹோம்மேட் சாக்லேட்கள், கேம்ப்ஃபயர்ஸ், லாங் பிரவை-இன் பக்கங்கள் போன்ற பல இடங்களை அவனும் அவளும் பார்வையிட்டனர். ஆனால் எதுவும் பலனளிக்கவில்லை.

அன்று இரவு உறங்காமல் மந்திரத்தை பற்றி யோசித்தான். புத்தகங்கள், செய்தித்தாள்கள், கட்டுரைகள், டிவி சேனல்கள் மற்றும்

பலவற்றை அவர் குறிப்பிட்டார். ஆனால் அது பலனளிக்கவில்லை. அவளும் அதையே செய்தாள், நிறைய பரிந்துரை செய்தாள், ஆனால் அதுவும் வேலை செய்யவில்லை. எனவே அவர் தனது தாய், நண்பர்கள் மற்றும் மக்களைக் குறிப்பிட்டார். அதையே கீர்த்தியும் தன் பாட்டி, உறவினர்கள், நண்பர்கள், குடும்பத்தினர் போன்றோரிடம் கேட்டும் செய்கிறார். ஆனால் மக்களின் யோசனைகள் அவர்களுக்கு வேலை செய்யவில்லை. அதனால் அது தோல்வியடைந்தது.

ஒரு அமைதியான இரவில் சரண் தூங்கிக் கொண்டிருந்தான். இடியின் வெளிச்சம் அவன் கண்ணை எழுப்பியது, இடியின் சத்தம் அவனது பயத்தையும் மூளையையும் எழுப்பியது. திடீரென்று எழுந்த அவர் அதிகாலை 3:43 மணிக்கு ஒரு யோசனையை நினைத்தார். கட்டுரைகளில் ஒரு யோசனையைத் தேடி, திட்டத்தைப் பெற்றார்.

மறுநாள் கீர்த்திக்கு இடம் காட்ட வரும்மாறு டெலிபோன் மூலம் அழைத்தான். கீர்த்தி ஆடை அணிந்து காரிடாரில் தயாராகி அவனுக்காகக் காத்திருந்தாள். கடைசியாக, ஒரு துணியால் கண்களை மூடிக்கொண்டு வந்து அவளை அழைத்துச் சென்றான். ஒரு நீண்ட பயணம் சென்று இறுதியாக, இலக்கு வந்தடைந்தது. சரண் மெதுவாக கண்களைத் திறந்து கொடைக்கானலின் தூண் பாறைகளில் இருந்து காட்சியளித்தான். கால்கள் தரையில் படும்போது புத்துணர்ச்சியை நுரையீரல் சுவாசித்தபோது கீர்த்தி வாயடைத்துப் போனாள். அந்தக் காட்சியைக் கண்டு கண்கள் சுருங்கிக் கண்ணீரைச் சுரங்கிப் போனது. காதுகள் தன் உணர்ச்சிகளைக் கிழித்த பறவைகளைக் கேட்கும் போது காதல் வந்தது. சரணை கட்டிப்பிடித்து அழுதாள். பின்னர் அவர் தனது திருமண திட்டத்தை முன்மொழிந்தார், அவளும் ஏற்றுக்கொண்டாள். கீர்த்திக்கு எப்படி இந்த இடம் தெரியும் என்று கேட்டாள். அவர் தனது தாயும் தானும் சிறுவயதில் இந்த இடத்திற்கு வந்ததாக பதிலளித்தார்.

2 ஆண்டுகளுக்கு முன்பு, சிக்கு தனிஸ்கா என்ற பெண்ணை காதலித்தார். ஆனால் அவள் சிக்குவை விட சீனியர். அவள் பட்டப்படிப்பை முடித்தாள் ஆனால் அவன் கடைசி வரூடம் படித்தான். ஆனால் அவரது பெற்றோர் கட்டாயப்படுத்தி திருமணம் செய்து வைத்தனர். ஆனால் அவள் வருங்கால மனைவியின் திட்டத்தை மறுத்துவிட்டாள். சிக்குவின்

பாக்கியால் அவள் பட்டப்படிப்பு வரை காத்திருக்க முடியாது. அதனால் அவர் சிக்குவை பிரிந்து தனது வரங்கால மனைவியை மணந்தார். சிக்கு ஒரு ஜாலி டைப், எப்பொழுதும் யாரையாவது கேலி செய்து சிரிக்க வைப்பான். அதனால் அவனும் இதை ஒரு வேடிக்கையாக தன் நண்பர்கள் நினைத்துக் கொண்டான்.

ஒரு நல்ல மாலை, சிக்கு, சரண் மற்றும் கீர்த்தி ஆகியோர் ஹோட்டலில் இருந்தனர். அதே சமயம் சிக்குவின் காதலர் கணவர் மற்றும் குழந்தையுடன் ஹோட்டலுக்கு வந்துள்ளார். சிக்கு தன் குழந்தையைப் பார்த்து அதிர்ச்சியும் சங்கடமும் அடைந்தாள். அவர்கள் தங்களை அறிமுகப்படுத்திய போது. இந்தக் காட்சியில் அனைத்தும் இடிந்து விழுகின்றன. குழந்தை சிக்குவதை தள்ளியது, அவர் மேசையில் விழுந்தார், அவர் அருகில் பணியாள் வெந்நீர் குடத்தை தள்ளினார், குடம் ஒரு கெழுத்த பெண்ணின் மீது விழுந்து குடத்தை எறிந்தார், ஆனால் அவள் தவறாக குறிவதை மற்றொரு தொழிலதிபரை தாக்கினான், அவன் அவற்றை மற்றொருவரிடம் எறிந்தான். வாடிக்கையாளரை மற்றொரு நபரை தாக்கிவிட்டு செல்கிறார். இறுதியாக, உரிமையாளர் அந்த செயலை நிறுத்தினார், ஆனால் அந்த குடம் மீண்டும் உரிமையாளரைத் தாக்கி இந்த பகடி சண்டையை முடித்தது. அனைவரும் பத்திரமாக வீடு திரும்பினர்.

அடுத்த நாள், கீர்த்தி சோகமாக இருந்ததால், அவளுடைய பெற்றோரும் வரங்கால மனைவியைத் தடுக்கிறார்கள், எனவே சரண் அவரை சந்திக்க அழைத்தார். இந்தச் செய்தியை அவள் சொன்னதும், அவன் வருத்தமடைந்தான். பிறகு இதற்கு ஒரு தீர்வு இருக்கிறது என்று சொன்னாள். தீர்வு என்னவென்றால், சரண் தன் தந்தையிடம் அவளை திருமணம் செய்து கொள்ள விரும்புவதாக பேச விரும்புகிறான். ஆனால் அவனுக்கு அம்மாவின் மேல் ஒரு பயம். அதனால் அவர் அதை மறுத்தார். அவள் பல முறை கேட்டாள் ஆனால் அவன் அதை மறுத்தான். அதனால் அவள் சரண் உடன் பிரிந்தாள். சரண் மன உளைச்சலில் இருந்தான். கஃபூர் அவருக்கு அறிவுரை கூறினார் ஆனால் அது பலனளிக்கவில்லை. "நான் மிகவும் மகிழ்ச்சியாக இருக்கிறேன் என்று நீங்கள் நினைக்கிறீர்கள், ஆனால் உண்மையான உண்மை என்னவென்றால், நான் என் இதயத்தில் அழுகிறேன், ஒவ்வொரு

நிமிடமும் நான் தனிஷ்காவைப் பற்றி நினைத்துக்கொள்கிறேன். நான் அவளை ஹோட்டலில் சந்தித்தபோது, தனிஸ்காவால் நான் வெட்கப்பட்டேன். இன்னும், இப்போது நான் அவளைக் காதலிக்கிறேன், அவள் இப்போது வரை என்னைக் காதலிக்கிறாள், ஏனென்றால் அவள் கண்களைப் பார்த்தபோதும் அதே காதல் இன்னும் இருக்கிறது. காதலிக்கும் வாய்ப்பை இழக்கிறேன். ஆனால் நீங்கள் நினைத்தால் மாற்றங்களைச் செய்யலாம்."

இந்த வார்த்தைகளைக் கேட்ட அவர் தனது வீட்டிற்குச் சென்று தனது தாயிடம் "ஏன் அவருக்கு சுதந்திரம் கொடுக்கவில்லை" என்று கத்தினார். அவன் அப்பாவைப் பற்றி தவறாகப் பேசும் வரை அவனுடைய தாய் அமைதியாகவும் அமைதியாகவும் இருந்திருக்கிறாள். அப்போது அவனுடைய தாய் அவனது தந்தையைப் பற்றி கூறுகிறாள்.

25 ஆண்டுகளுக்கு முன்பு, சரனின் தாயார் ஒரு தெரை இசைக்கலைஞர் மற்றும் ஏரிக்கு அருகில் சுற்றுலா வழிகாட்டி. ஒரு நல்ல நாள், பல்லவி ஒரு அழகான பாடலைப் பாடுகிறார். அவளுக்கு அருகில், இந்திய ராணுவ வீரர்கள் ஒரு தொகுதி பயணம். அந்தக் குழுவில், அபிஷேக் என்ற இராணுவ ஜெனரல் பாடலைக் கேட்டு, தனது உணர்ச்சிகளைக் கண்ணீர் விட்டார். பாடல் முடிந்ததும் அனைவரும் அவளைப் பாராட்டி தங்கள் வேலையைச் செய்யச் சென்றனர். பின்னர் தங்களை அறிமுகப்படுத்திக் கொண்டனர். மேலும் அவரது வாழ்க்கையைப் பற்றி பேசுகிறார், அவரும் ஒரு இசைக்கலைஞர் ஆனால் அவரது வறுமையின் காரணமாக, அவர் தனது இசை வாழ்க்கையை தியாகம் செய்து, உணவு, கல்வி மற்றும் உடை இலவசம் என்பதால் இராணுவப் பள்ளிக்கு அழைத்துச் சென்றார். அதனால் அங்கே சேர்ந்தார். அப்போது, கொடைக்கானல் சுற்றுலா வழிகாட்டியை தரமாறு வேண்டினார். பணத்திற்காக, அவள் ஏற்றுக்கொண்டாள். அடுத்த நாள், அவனும் அவளும் ஏரியில் படகு சவாரி, சைக்கிள் ஓட்டுதல், ரொட்டி ஆம்லெட் சாப்பிடுதல், கோவில்கள், தேவாலயங்கள், மசூதிகள், தாவரவியல் பூங்காக்கள், ஹோம்மடே சாக்லேட்கள், கேம்ஃபயர்ஸ் போன்ற பல இடங்களுக்குச் சென்றனர்.

மறுநாள், ஒரு துணியால் கண்களை மூடிக்கொண்டு வந்த அவளை அழைத்துச் சென்றான். ஒரு நீண்ட பயணம் சென்று

இறுதியாக, இலக்கு வந்தடைந்தது. மதுவாக அபிஷேக் கண்களைத் திறந்து பில்லர் பாறைகளிலிருந்து கொடைக்கானலின் காட்சியைக் காட்டினாள். கால்கள் தரையில் படும் போது நுரையீரல் சுவாசித்த காற்று புத்துணர்ச்சியை உணர்ந்த பல்லவி வாயடைத்து போனாள். அந்த காட்சியை பார்த்து கண்கள் சிலிர்த்து சுருங்கும் பறவைகள் காது கேட்கும் போது அவளின் உணர்ச்சிகளை சில்மிஷம் செய்து காதல் வந்தது. சரணை கட்டிப்பிடித்து அழுதாள். பின்னர் அவர் தனது திருமண திட்டத்தை முன்மொழிந்தார், அவளும் ஏற்றுக்கொண்டு வெற்றிகரமாக திருமணம் செய்துகொண்டாள். அங்கிருந்து தொடங்கியது.

அவள் கர்ப்பத்தின் கடைசி கட்டத்தில் இருந்தபோது. இந்திய எல்லையில் பணிபுரிந்த அபிஷேக், தனது குழந்தை பிறப்பதற்கு முன், எல்லைகளுக்கு இடையே சண்டையிடச் சென்றார். அதனால் அவர் வராத வரை இந்த குழந்தைக்கு அவரைப் பற்றி தெரியக்கூடாது என்று சத்தியம் செய்ய சொன்னார். என்றும் உறுதியளித்தாள். இதனாலயே அவள் மட்டும் அவனது தந்தையைப் பற்றி மகனிடம் கூறவில்லை. போகும் போது அவளுக்கு ஒரு பாதி பியானோ பாடலை கற்றுக் கொடுத்தான், இன்னொரு பாதி பியானோ பாட்டு அவனுக்கு தெரிந்தது. அதனால் காதலை இசையமைப்புடன் வெளிப்படுத்தலாம்.

ஒரு வருடம் ஆகியும் அவர் இன்னும் வீட்டிற்கு வரவில்லை. அவனைத் தேடி, தன் மகனை பக்கத்து வீட்டில் விட்டுச் சென்றாள். அவனைத் தேடி சென்னை ராணுவ நிலையம் சென்றாள். ஆனால் அதே நிமிடத்தில் குழந்தையையும், மனைவியையும் பார்க்க கொடைக்கானல் சென்றார். ஆனால் துரதிர்ஷ்டம் சோகத்தை அளிக்கிறது, இருவரும் வெவ்வேறு நகரங்களில் அவர்களைத் தேடுகிறார்கள். அவர்கள் ஒவ்வொருவரும் அவர்களை இழந்துவிட்டதாக நினைத்தார்கள்.

அதனால் அன்று முதல் அவனுக்காக காத்திருந்தேன். சரண் அவள் தொடையில் படுத்துக்கொண்டு அவள் கையை நம்பி அழுதான். அதனால் அந்த நாளுக்காக காத்திருந்தால் சரண்க்கு அப்பா இருப்பார் என்பதை அவள் உணர்ந்தாள், பொறுமை இழந்ததால் தான் இந்த பிரச்சனை தொடங்கியது.

சரண் தன் அப்பாவை பார்க்க வேண்டும் என்ற ஆசை. அதனால் அவளது தாயும் அவனது தந்தையைப் பற்றிய தகவல்களைச் சேகரிக்க அவனது நண்பர்களின் முகவரியைக் கொடுத்து உதவினாள்.

மறுநாள், கீர்த்தி சென்னையில் வசிக்கும் ஊருக்கு செல்கிறாள். பேத்தி ஊருக்குப் போவதால் பாட்டி மிகவும் அழுது கொண்டிருந்தாள். சரண் அவளிடம் மன்னிப்பு கேட்டான், ஆனால் அவள் மன்னிப்பை ஏற்கவில்லை. பிறகு கொடைக்கானலில் இருந்து கிளம்பினாள்.

ஒரு வாரத்திற்கு பிறகு, புத்தகங்கள், செய்தித்தாள்கள், கட்டுரைகள், டிவி சேனல்கள் போன்றவற்றில் இராணுவ ஜெனரல் அபிஷேக்கத் தேடினார், பின்னர் அவர் தனது தந்தையின் நண்பர்களைச் சந்தித்து தகவல்களையும் முகவரிகளையும் சேகரிக்க நினைத்தார். எனவே அந்த மெக்கானிக் கஃபூர் அவரது வீட்டிற்கு வந்து தனது தந்தையைக் கண்டுபிடிக்க ஒரு பக்கைக் கொடுத்தார். அந்த உதவிக்காக, அவர் கஃபூரைக் கட்டிப்பிடித்தார். மேலும் பலர் சரணுக்கு கொஞ்சம் பணம் கொடுத்தனர். மேலும் சரண் தனது தந்தையை கண்டுபிடித்து அவர்களுடன் வாழ்வதாக உறுதியளிக்கிறார். கடைசியாக எல்லோரிடமும் அப்பாவைத் தேடிப் போவதாகச் சொன்னார்.

மலையடிவாரத்தை விட்டு வெளியே சென்ற பிறகு, நீண்ட பயணத்தில் தன் வாழ்க்கைப் பயணத்தை நினைத்துக் கொண்டிருந்தான். தான் கடக்கும் ஒவ்வொரு மலையிலும் தன் வாழ்க்கையின் மலைகற்களைப் பற்றி யோசித்தான். அவர் தனது பிரச்சினைகளைப் பற்றி சிந்தித்து, தனது இதயத்திலிருந்து தனது தீர்வைக் கண்டார்.

இறுதியாக, சரண் தனது தந்தையைத் தேடி சென்னை வந்தார். சரண் தன் அப்பாவின் பேட்ச் படம், அப்பாவின் நண்பர்களின் முகவரி, தண்ணீர் பாட்டில் நிறைய, அம்மாவின் போட்டோ, உடுத்த சில உடைகள், மக்களிடம் இருந்து கொஞ்சம் பணம். அவரது தந்தைக்கு பத்து நண்பர்கள் உள்ளனர்.

சரண் தன் தந்தையின் முதல் நண்பரைப் பார்க்கச் சென்றான். அவர் தனது தந்தையைப் பற்றி கேட்கிறார், மேலும் அவரது தந்தை இரண்டு வாரங்களுக்கு முன்பு தங்கியிருப்பதாக அவரிடம் கூறுகிறார், மேலும் அவர் தனது இரண்டாவது நண்பரின் வீட்டில் தங்கப் போவதாகக்

கூறினார். சரண் தனது மனைவியைப் பற்றி கேட்க, மூன்று மாதங்களுக்கு முன்பு, ஒரு சிறிய சண்டையால் அவள் வெளியேறிவிட்டாள் என்று பதிலளித்தார்.

சரண் தன் அப்பாவின் இரண்டாவது நண்பனைப் பார்க்கச் சென்றான். அவர் தனது தந்தையைப் பற்றி கேட்கிறார் மற்றும் அவரது தந்தை இரண்டு வாரங்களுக்கு முன்பு தங்கியிருப்பதாக அவரிடம் கூறுகிறார், மேலும் அவர் தனது மூன்றாவது நண்பரின் வீட்டில் தங்கப் போவதாகக் கூறினார். சரண் தனது பெற்றோரைப் பற்றி கேட்க, நான்கு மாதங்களுக்கு முன்பு, அவர்கள் தனது மனைவியால் வெளியேறிவிட்டனர் என்று பதிலளித்தார்.

சரண் தன் தந்தையின் மூன்றாவது நண்பனைப் பார்க்கச் சென்றான். அவர் தனது தந்தையைப் பற்றி கேட்கிறார் மற்றும் அவரது தந்தை இரண்டு வாரங்களுக்கு முன்பு தங்கியிருப்பதாக அவரிடம் கூறுகிறார், மேலும் அவர் தனது நான்காவது நண்பரின் வீட்டில் தங்கப் போவதாகக் கூறினார். மது அருந்தும் பழக்கம் பற்றி சரண் கேட்க, மூன்று மாதங்களுக்கு முன், அந்த பதக்கம் பெறுவது தான் லட்சியம் என்று பதிலளித்தார், ஆனால் அவர் ஓய்வு பெற்றதால் அது போய்விட்டது.

சரண் தன் அப்பாவின் நான்காவது நண்பனைப் பார்க்கச் சென்றான். அவர் தனது தந்தையைப் பற்றி கேட்கிறார் மற்றும் அவரது தந்தை இரண்டு வாரங்களுக்கு முன்பு தங்கியிருப்பதாக அவரிடம் கூறுகிறார், மேலும் அவர் தனது ஐந்தாவது நண்பரின் வீட்டில் தங்கப் போவதாகக் கூறினார். சரண் தனது சகோதத்தைப் பற்றி கேட்க, மூன்று வாரங்களுக்கு முன்பு, தனது தனியுரிமை மற்றொரு நபரால் ஹகே செய்யப்பட்டதாக பதிலளித்தார்.

சரண் தன் அப்பாவின் ஐந்தாவது நண்பனைப் பார்க்கச் சென்றான். அவன் கதவைத் தட்டியதும், ப்ரியா என்ற ஒன்பது வயது சிறுமி கதவை திறந்து தன் தந்தையைப் பற்றிக் கேட்டாள். பின்னர் சரண் ப்ரியாவுக்கு உணவு தயாரித்து கொடுத்து உதவினார். சரண் அவளது தந்தையைப் பற்றி கேட்க, மூன்று வாரங்களுக்கு முன், கடன் விஷயத்தால் கதை செய்யப்பட்டதாகவும், அந்தக் கடனை அவளது பள்ளிக் கட்டணமாகச் செலுத்தியதாகவும் அவள் பதிலளித்தாள். சரண் தன் அம்மாவைப் பற்றி

கேட்க, பிரியா பிறந்ததும் அம்மா இறந்துவிட்டாள் என்று பதிலளித்தார். அவர் தனது தந்தையைப் பற்றி கேட்கிறார், மேலும் அவரது தந்தை இரண்டு வாரங்களுக்கு முன்பு தங்கியிருப்பதாக அவரிடம் கூறுகிறார், மேலும் அவர் தனது ஆறாவது நண்பரின் வீட்டில் தங்கப் போவதாகக் கூறினார்.

சரண் பொறுமையையும் பொறுமையையும் இழக்கிறான், ஆனால் அவனது அம்மாவின் வார்த்தைகள் "அவளுடைய பொறுமை இழந்ததால் தான் இந்த பிரச்சனை எல்லாம் தொடங்கியது." இதனால் இரவு நேரமாகி பிரியா வீட்டில் தங்கியுள்ளார். தன் தந்தை ஏன் இந்த முட்டாள்தனமான செயல்களைச் செய்தார் என்று நினைக்கிறான். அப்பா ஏதோ சொல்கிறார் என்று அவனுக்குத் தெரியும்.

அடுத்த நாள், அவர் தனது தந்தையின் மேலும் ஐந்து நண்பர்களைச் சந்திக்கத் தயாரானார். சரணுடன், பிரியாவும் அவருடன் செல்ல தயாரானாள்.

சரண் தன் தந்தையின் ஆறாவது நண்பனைப் பார்க்கச் சென்றான். அவர் தனது தந்தையைப் பற்றி கேட்கிறார் மற்றும் அவரது தந்தை ஒரு வாரத்திற்கு முன்பு தங்கியிருப்பதாக அவரிடம் கூறுகிறார், மேலும் அவர் தனது ஏழாவது நண்பரின் வீட்டில் தங்கப் போவதாகக் கூறினார். சரண் தனது தாத்தா பாட்டிகளைப் பற்றி கேட்க, மூன்று மாதங்களுக்கு முன்பு அவர்கள் இறந்துவிட்டார்கள் என்று பதிலளித்தார்.

சரண் தன் அப்பாவின் ஏழாவது நண்பனைப் பார்க்கச் சென்றான். அவர் தனது தந்தையைப் பற்றி கேட்கிறார் மற்றும் அவரது தந்தை ஒரு வாரத்திற்கு முன்பு தங்கியிருப்பதாக அவரிடம் கூறுகிறார், மேலும் அவர் தனது எட்டாவது நண்பரின் வீட்டில் தங்கப் போவதாகக் கூறினார். சரண் தனது வீட்டை பற்றி கேட்க, மூன்று மாதங்களுக்கு முன்பு, அந்த வீடு தனக்கு துரதிர்ஷ்டத்தைத் தருவதால், வீடு விற்கப்பட்டதாக பதிலளித்தார்.

ப்ரியா தனது பொறுமையையும் பொறுமையையும் இழக்கிறாள், அதனால் அவள் ஏன் அவனிடம் போகலாம் என்று அவள் சொல்கிறாள், ஆனால் அவள் பொறுமை இழந்ததால் தான் இந்த பிரச்சனை தொடங்கியது என்று அவன் அம்மாவிடம் சொன்னான். அதனால் அவனது

தந்தையை கண்டு பிடிக்க முடியும் என்ற நம்பிக்கையை அளிக்கிறது.

சரண் தன் அப்பாவின் எட்டாவது நண்பனைப் பார்க்கச் சென்றான். அவர் தனது தந்தையைப் பற்றி கேட்கிறார் மற்றும் அவரது தந்தை ஒரு வாரத்திற்கு முன்பு தங்கியிருப்பதாக அவரிடம் கூறுகிறார், மேலும் அவர் தனது ஒன்பதாவது நண்பரின் வீட்டில் தங்கப் போவதாகக் கூறினார். சரண் தனது சகோதரியைப் பற்றி கேட்க, மூன்று மாதங்களுக்கு முன்பு, அவள் ஒரு பையனை நேசித்ததால் அவள் வெளியேறிவிட்டாள் என்று பதிலளித்தார்.

சரண் தன் தந்தையின் ஒன்பதாவது நண்பனைப் பார்க்கச் சென்றான். அவன் கதவைத் தட்ட, கீர்த்தி கதவைத் திறந்தாள், அவனைப் பார்த்து அதிர்ச்சியடைந்தாள், அவள் கண்களில் கண்ணீர் வந்தாலும் கண்ணீரைக் கட்டுப்படுத்தினாள். கீர்த்தியின் மீதான அதீத காதலை சொல்ல இது ஒரு தருணம் என்று நினைத்த சரண், தன் காதலை அவளின் அப்பாவிடம் கூற, அவள் அப்பா கோபத்தில் அவனை அறைந்தார், சரண் அமைதியாகி அப்பாவை சம்மதிக்க வைத்தான், பிறகு அவள் அப்பா ஏற்றுக்கொண்டார். அவர் தனது தந்தையைப் பற்றி கேட்கிறார், மேலும் அவரது தந்தை ஐந்து நாட்களுக்கு முன்பு தங்கியிருந்தார் என்று அவரிடம் கூறுகிறார், மேலும் அவர் தனது பத்தாவது நண்பரின் வீட்டில் தங்கப் போவதாகக் கூறினார். சரண் தனது பத்தாவது நண்பரைப் பற்றி கேட்க, அவர் அவருக்கு துரோகம் செய்ததாக பதிலளித்தார்.

சரண் தன் அப்பாவின் பத்தாவது நண்பனைப் பார்க்கச் சென்றான். அவர் தனது தந்தையைப் பற்றி கேட்கிறார், மேலும் அவரது தந்தை மூன்று நாட்களுக்கு முன்பு தங்கியிருப்பதாக அவரிடம் கூறுகிறார், அவர் தனது வீட்டிற்குச் சென்றதாகக் கூறினார். சரண் மிகவும் மகிழ்ச்சியடைந்தான், கடைசியாக அவன் தந்தையின் முகவரியைக் கண்டுபிடித்தான். சரண் தனது குற்றத்தை பற்றி கேட்க, அவர் தனது நண்பருக்கு துரோகம் செய்துவிட்டதாக பதிலளித்தார்.

கடைசியாக தன் அப்பாவை பார்த்த சரண் மகிழ்ச்சியில் இருக்கிறார். கடைசியில் அவனது தந்தையின் இருப்பிட முகவரி கிடைத்தது. சரண் மற்றும் பிரியா அவரது தந்தையின் வீட்டிற்கு சென்றனர். எல்லா நினைவுகளையும் புகைப்படங்களாக எடுத்து சுவரில் தொங்கவிட்டதை பார்த்தான். தந்தை மற்றும் தாயின் இளம்

புகைப்படங்களைப் பார்த்த அவர் கண்ணீர் விட்டார். அவன் தன் தந்தையைத் தேடிக் கொண்டிருந்தான் ஆனால் வேறே வழியில்லை. அருகில் உள்ள அறையில் ஒரு குரல் கேட்டது. அந்தக் குரல் அவன் தாயின் குரல். அறைக்கு நீண்ட அடி எடுத்து வைத்தார். தூசி நிறைந்த பழைய வானொலி உள்ளது. அதன் கீழ், ஒரு சிறிய விசிட்டிங் கார்டு உள்ளது. அந்த விசிட்டிங் கார்டில், எழுத்து வடிவில் ஒரு முகவரி உள்ளது. சரணும் பிரியாவும் அட்ரஸ்க்கு போனார்கள்.

அங்கு அவரது தந்தையை தேடினர். இறுதியாக, ஒரு முதியவர் கல் பெஞ்சில் அமர்ந்திருக்கிறார். மெதுவாக அப்பாவதை தேடும் முதியவரை நோக்கி நகர்கிறான் சரண். முதியவரிடம் தந்தையின் பெயரைச் சொல்லி அழுதார். "அபிஷேகே!" என்று கூச்சலிட்டார். சரண் தனது தந்தையைத் தேடே அதிக முயற்சிகளை மேற்கொண்டதால், பிரியா அவரது தந்தையாக காத்திருந்தார். எனவே அவர் தனது பரிசைப் பெற விரும்புகிறார். நல்லவேளையாக அவன் தந்தையைப் பற்றி அறிந்து கொண்டான். அவனுடைய அப்பா தலையை 90 டிகிரிக்கு திருப்பி, உதடுகள் சாதாரணமாக சிரித்து, "சரண்.." என்று பெயர் சொல்லி, அப்பாவின் வலது கண்ணிலிருந்து சிறு கண்ணீர் வடிந்தது. சரண் கூச்சலிட்ட, கண்ணீருடன் வடித்த, தந்தையின் முழங்காலில் தலையை மண்டியிட்டான். 25 வருடங்களாகத் தன் தாயின் பிடியில் இருப்பதைப் பற்றி அவர் மிகவும் அழுதார். தனது அன்றாடப் பிரச்சினைகளுக்கு தனது தந்தையின் காரணமாகவே அவர் முகம் கொடுத்ததாக அவர் கூறினார்.

இந்தக் காட்சிக்குப் பிறகு சரண், ஏன் அப்பா இத்தனை வருடங்கள் இங்கயே தங்கியிருந்தார் என்று கேட்கிறார். சரண் அவனிடம் ஏன் தனது நெருங்கிய நண்பரின் வீடுகளில் சுற்றித் திரிகிறாய் என்றும் அவன் வீட்டில் தங்காமல் இருப்பது என்றும் கேட்கிறான். சரண் தன் தந்தையிடம் பல கேள்விகள் கேட்டாலும் அவனது தந்தை மௌனம் காக்கிறார். அவனுடைய தந்தை, "அது முடிந்ததா? வேறு ஏதேனும் கேள்விகள். உங்கள் பேச்சை முடித்துவிட்டீர்கள். உங்கள் பதில்களைச் சொல்கிறனே. நான் கடினமான வேலையில் இருந்தேன், இது ஒரு வேலை அல்ல, ஆனால் அது. இராணுவம், தேசம் மற்றும் தேசபக்தி என்னை தேர்ந்தெடுங்கள்.ராணுவ பக்கப்பில் சிறப்பாக

பணியாற்றியுள்ளேன்.அதனால் எனது மூத்த தலைவருக்கு மற்றவர்களை விட எனக்கு மரியாதை அதிகம்.கொடைக்கானலுக்கு வந்ததும் என் மனைவியின் குரலில் தான் விழுந்தேன்.அதன் பிறகு நினைத்தேன். நான் அனாதை இல்லை, இப்போதே எனக்கு சொந்தமாக குடும்பம் நடத்தும் வாய்ப்பு கிடைத்துள்ளது.அதனால் ராணுவ வேலையை ராஜினாமா செய்துவிட்டு உங்கள் தாயுடன் குடியேறே முடிவு செய்தேன்.ஆனால் தேசத்தின் மீதான தேசபக்தி, தேசத்திற்கான எனது கடமையை தவிர்க்க வேண்டாம் என்று அறிவுரை வழங்கியது. .அதனால் நான் அதைத் தொடர்ந்தேன்.அந்த மூத்த தலைவர் கடமையை விடாமல் பிடிவாதமாக இருந்தார்.அவசரமாக எல்லைத் தாக்குதல் லோங்கேவோலா தேசத்திற்கு வந்தது.அதனால் எல்லைக்கு அருகில் மொத்தம் 120 வீரர்கள், ஆனால் பாகிஸ்தானில் கிட்டத்தட்ட 2000 முதல் 3000 வரை உள்ளனர். சிப்பாய்கள் எனவே மூத்த கர்னல் மற்ற வீரர்களை பேரில் பங்கேற்கச் சொன்னார், அவர்களில் பெரும்பாலோர் அதை நான் மறுத்தேன், ஆனால் மூத்த தலைவர் என்னை முளைச்சலவை செய்தார், எனவே நான் நிபந்தனைகளை ஏற்றுக்கொண்டேன். போருக்குப் பிறகு, நம் தேசம் வெற்றி பெற்றது. இந்த சம்பவத்துக்குப் பிறகு உன்னையும் உன் அம்மாவையும் பார்க்க அனுமதி கேட்டேன். உன் அம்மாவை ஒரு சர்ப்ரைஸ் விசிட் செய்ய நினைத்தேன் ஆனால் கொடைக்கானல் வந்ததும் நீயும் அம்மாவும் இல்லை. என்னால் முடிந்த விவரங்களை சேகரித்தேன். ஆனால் உன்னைப் பற்றியும் உன் அம்மாவைப் பற்றியும் எந்தத் தகவலும் இல்லை. லோங்கேவோலா போர் முடிவடையைவில்லை. இந்தியா-பாகிஸ்தான் போர் தொடர்கிறது, அந்த போரில் நான் முக்கிய பங்கு வகித்தேன். நான் உன்னை எந்த நேரத்திலும் பார்க்கலாம் ஆனால் தேசத்தை எந்த நேரத்திலும் பார்க்க முடியாது. எனவே நான் போருக்கு எதிராக போராடினேன், மற்றொரு போர், மற்றொரு போர், மற்றொரு போர், மற்றும் பல. ஒரு போரில் பயன்படுத்தப்படும் அதிக புள்ளியியல் பற்றி நான் தெரிவித்தேன். ஆனால் நான் உன்னைப் பற்றியும் நான் போராடும் வாழ்க்கையைப் பற்றியும் எதுவும் கற்றுக்கொள்ளவில்லை. ஒவ்வொரு நாளும் தேசத்தின் ஆரோக்கியம் அதிகரிக்கிறது மற்றும் என்னுள் தேசபக்தி அதிகரிக்கிறது. ஆனால் என் அன்பான மனைவிக்கு எதிராக நான் என் அன்பை இழந்தேன். நான்

எவ்வளவு கற்றுக்கொள்கிறேனோ, அவ்வளவு அதிகமாக எனக்கு பதவி உயர்வு கிடைக்கும். இறுதியாக, நான் 54 வயதில் (கர்னல்-ரேங்க் அதிகாரி) ஓய்வு பெற்றேன். உன்னுடைய முகத்தையும் உன் தாயின் முகத்தையும் பார்க்க நான் எவ்வளவோ முயற்சித்தேன் ஆனால் என்னால் முடியவில்லை. கடைசியாக, உன்னைப் பார்க்க எனக்கு ஒரு வாய்ப்பு கிடைத்தது, ஆனால் நான் உன்னை எந்த முகத்தில் பார்க்க முடியும். என்னால் உங்கள் குழந்தைப் பருவத்தை இழக்க நேரிடும். கொடைக்கானல் வந்தேன். நான் உன்னையும் உன் அம்மாவையும் கூட பார்த்தேன். ஆனால் நான் உங்கள் தந்தை, நீங்கள் என் மனைவி என்று என்னால் சொல்ல முடியாது, ஏனென்றால் நான் இறந்துவிட்டேன் அல்லது வேறு ஏதேனும் காரணங்களால் என் மனைவி உங்களிடம் கூறினார். அதனால் நான் இல்லாமல் நீங்கள் உங்கள் வாழ்க்கையை அனுபவிப்பீர்கள் என்று நினைத்தேன். இதை உன்னிடம் சொன்னால் உனக்கு என்ன ஆபத்து வந்தாலும் என் மீது கோபம் வரும். அதனால் மழையையுடன் கண்ணீரைக் கொட்டிக் கொண்டு நகர்ந்தேன். மேலும் எனது முதல் நண்பரின் வீட்டிற்கு சென்று என்னை அன்பாடன் வரவேற்றேன். அவர்கள் எனக்கு காபி கொடுத்தார்கள், ஒரு நாள் இங்கே தங்கலாம் என்று கேட்டேன், நான் அவனிடம் அவனுடைய குடும்பத்தைப் பற்றிக் கேட்டேன், மூன்று மாதங்களுக்கு முன், சிறு சண்டையின் காரணமாக அவள் வெளியறேிவிட்டாள் என்று பதிலளித்தார். தசேத்தைக் காப்பாற்ற கடவுள் என்னை அனுப்புகிறார் என்பதை நான் புரிந்துகொள்கிறேன், என் நண்பரின் குடும்பங்களில் மாற்றங்களைச் செய்ய கடவுள் என்னை அனுப்புகிறார். பிரச்சனையை ஆராய்ந்து மாற்றங்களைச் செய்ய, ஆனால் என்னால் இதைச் செய்ய முடியாது, தசேத்தை அமைதிக்குக் கொண்டுவர கடவுள் எனக்கு வாய்ப்பளித்தார், இப்போதே நான் நம்பக்கூடிய ஒருவருக்கு வாய்ப்பளிக்க வேண்டும். என் விருப்பத்தில் நீ மட்டும் தான். 'இப்போதே நீ என் மகன் என்பதை என் மகனுக்கு நிரூபிக்க வேண்டும். சிக்கலைப் பகுப்பாய்வு செய்து, உங்கள் இதயம் சொல்வதைச் செய்து, உங்கள் தீர்வை பகுப்பாய்வு செய்யுங்கள். விரைவான முறையில் செய்யுங்கள்.' முதல் முறையாக நான் உங்களிடம் 'மன்னிக்கவும்' என்று சொல்லப் போகிறேன்."

சரண் நிலமை தெரியவில்லை, புரிந்து கொள்கிறார். என்ன செய்வது என்று சிறிது நேரம் யோசித்தார். அதிக முறைகளை யோசிக்கிறார் ஆனால் அவை தோல்வியடைவைேமோ என்ற பயம் அவருக்கு உள்ளது. இறுதியாக, ஆல் இந்தியா ரேடியோ எஃப்எம் கேட்கும் மக்களுக்காக அவர் ஒரு யோசனையை முடிவு செய்தார். பொதுமக்களிடம் அவர்களின் பிரச்னைகளை பேசி, பிரச்னைகளுக்கு தீர்வு காண நினைத்தார்.

மறுநாள் சரண் மற்றும் அவரது தந்தை அனுமதி கேட்டு அகில இந்திய ரேடியோஸ்டேஷன் சென்றார்கள். ஆனால் மேலோர் அவர்களை பேச விடுவதில்லை. எனவே முக்கிய தலைவரை அழைத்து அனுமதி கேட்டனர். மேலோர் வானொலி பேச்சு ஆலோசனையை அனுமதித்தார்.

சரண் பேசுவதற்கு சற்று பதட்டமாக இருந்தாலும், பயத்தைக் கட்டுப்படுத்த தன்னால் முடிந்த அளவு முயற்சி செய்தான். பிரியா, சரண் அவ்வாறு செய்ய ஊக்குவித்து கொண்டிருந்தாள். சரண் ரேடியோ பக்குக்குப் போனான். அவரது தலையில் ஹெட்ஃபோனை வைக்கவும். மைக்குகள் இயக்கப்பட்டன, இறுதியாக, அவர் பேசுகிறார். அதற்கு அவர், "நான் சரண், இன்று நீங்கள் சந்திக்கும் அன்றாடப் பிரச்சனைகளைப் பற்றி பேசப் போகிறேன். ஒவ்வொருவருக்கும் ஏதோ, எங்கோ, சில நபர்கள், சில வேலைகள், சில வகையான விஷயங்கள் போன்ற பயம் இருக்கும். நீங்கள் மற்றவர்களிடமிருந்து வித்தியாசமானவர். நீங்கள். எதனுடைய விலையைப்பற்றியும் கேட்கலாம்.ஆனால் எதன் மதிப்பை பற்றி அல்ல.ஒரு கடிகாரத்தை வாங்கலாம் ஆனால் நேரத்தை அல்ல.வீட்டைப் போல் வசதியில்லாத வீட்டை வாங்கலாம்.உணவில் ஒரு பகுதியை வாங்கலாம் ஆனால் சுவையை அல்ல. சரி, நீங்கள் ஒரு புத்தகத்தை வாங்கலாம், ஆனால் கதையை அல்ல. விலை மதிப்பில் இருந்து வேறுபட்டது. ஆனால் எப்படியும் நீங்கள் ஒரு நபரை வாங்க முடியாது. காலை முதல் இரவு வரை நீங்கள் வெவ்வேறு பிரச்சனைகளை எதிர்கொள்கிறீர்கள், மேலும் அந்த பிரச்சனைகள் அக்கறையுள்ள அன்பான மனிதர்களுக்கு காட்டப்படுகின்றன. உனக்காக அது உன் அம்மாவாக இருக்கலாம், உன் அப்பாவாக, உன் மனைவியாக, உன் நண்பனாக, உன் செல்லமாக யாராக

வேண்டுமானாலும் இருக்கலாம்.ஆனால் அவர்களின் நிலையை நினைத்தால் என்ன செய்வீர்கள்.ஒரு பெரிய கேள்விக்குறி.சரி, ஒன்று செய்வோம்.ஒவ்வொருவரும் சிறிய விஷயம் ஒரு காரணத்திற்காக நடக்கிறது, நிகழ்வுகளின் நோக்கத்தைப் புரிந்துகொண்டு அதற்கேற்ப செயல்படுபவர், எதிர்த்துப் போராடுபவர் முன்னோக்கி நகர்கிறது. சூழ்நிலைகளைக் குறை கூறுவது எளிது. ஆனால் குற்றத்தை ஏற்றுக்கொள்வது கடினம். நீங்கள் ஒரு நபர், ஒரு பொருள், விலங்கு, நேரம், உடை, வீடு, உணவு போன்றவற்றைக் குறை கூறுகிறீர்கள். ஆனால் உங்கள் தவறுகளை நீங்கள் ஏற்கவில்லை. இது கடினமாக இருந்தாலும், அதைக் கட்டுப்படுத்த உங்கள் நிலையை நீங்கள் சிறப்பாக முயற்சி செய்யலாம். உங்கள் அம்மா உங்களுக்காக காத்திருக்கும் இடத்தை பற்றி சிந்தியுங்கள். உங்கள் தந்தை உங்களுக்காக காத்திருக்கும் இடத்தை பற்றி சிந்தியுங்கள். உங்கள் மனைவி உங்களுக்காக காத்திருக்கும் இடத்தை பற்றி சிந்தியுங்கள். உங்கள் உடன்பிறந்தவர்கள் உங்களுக்காக காத்திருக்கும் இடத்தைப் பற்றி சிந்தியுங்கள். உங்கள் செல்லப்பிராணி உங்களுக்காக காத்திருக்கும் இடத்தைப் பற்றி சிந்தியுங்கள். எல்லாம் உங்களுக்காக உள்ளது ஆனால் நீங்கள் அதை சரியாக பயன்படுத்துவதில்லை. நீ பத்திரமாக வருகிறாயா என்று உன் அம்மா காத்திருக்கவில்லை. உங்கள் தந்தை உங்கள் சம்பளத்திற்காக காத்திருக்கவில்லை. உங்கள் பரிசுகளுக்காக உங்கள் உடன்பிறப்புகள் காத்திருக்கவில்லை. நீங்கள் மதிய உணவை நன்றாக சாப்பிடுகிறீர்களோ இல்லையோ உங்கள் மனைவி காத்திருக்கவில்லை. உங்கள் செல்லம் உங்களுடன் விளையாட காத்திருக்கவில்லை. உங்கள் அன்பிற்கும் ஆதரவிற்கும் அனைவரும் காத்திருக்கிறார்கள். இந்த உதாரணங்கள் அன்பின் ஒரு பகுதி மட்டுமே. அது காதல் இல்லை. அவர்கள் உங்கள் அன்பை எதிர்பார்க்கிறார்கள். ஆனால் சிலர் என்ன செய்கிறார்கள். அவர்கள் தங்கள் அன்றாட நடவடிக்கைகளில் மன அழுத்தம், பதற்றம் மற்றும் மனச்சோர்வு ஆகியவற்றைக் கொண்டுள்ளனர் மற்றும் அன்பானவர்களிடம் தங்கள் கசப்பு, கோபத்தை காட்டுகிறார்கள். இது உறவுகளின் உடைந்த தேசத்திற்கு வழிவகுக்கிறது. அன்பானவர்கள் உங்களுக்காக பல மணி நேரம் காத்திருக்கிறார்கள். அவர்களின் ஏக்கத்தை நீங்கள் புரிந்து

கொள்ளவில்லை என்றால், உங்கள் ஆழ்மனம் என்ன நினைக்கிறதோ, அது அவர்களை உணர்ச்சி ரீதியாக காயப்படுத்தும். தயவு செய்து உங்கள் கோபத்தை உங்கள் அன்பிற்குரிய உயிரினங்களிடம் காட்டாதீர்கள். இரவு வானத்தில் நட்சத்திரங்கள் அதிகம், ஆனால் எல்லோரும் சந்திரனைப் பற்றி பேசுகிறார்கள். நன்றி."

5 கோடி பேர் அதைக் கேட்டனர். அதைக் கேட்ட அனைவரும் அந்த நேரத்தில் கதறி அழுதனர். சில கடைகளுக்குக் கூட விடுமுறை அளிக்கப்பட்டது, எல்லோரும் தங்கள் வீடுகளைப் பார்த்தார்கள், ஒவ்வொருவரும் தங்கள் பிரச்சினைகளைப் பகிர்ந்து கொண்டனர். அபிஷேக்கின் 10 நண்பர்கள் கூட இழந்த உறவுகளைப் பெறுகிறார்கள், எல்லோரும் மகிழ்ச்சியாக இருந்தனர். இந்த சம்பவம் அபிஷேகினால் எதிர்பார்க்கப்பட்டது. பிரியாவின் தந்தை விடுவிக்கப்பட்டு ஒருவரை ஒருவர் கட்டித்தழுவினர். மேலும் 10 நண்பர்கள் சரண் உணர்ச்சிவசப்பட்ட பேச்சுக்கு நன்றி தெரிவிக்கின்றனர். கீர்த்தி சரணை அணைத்துக் கொண்டாள். அவனது தந்தை தன் மகன் என்பதில் பெருமிதம் கொண்டார் மேலும் சரணிடம் "நான் அவளை திருமணம் செய்து கொள்கிறேன், கவலைப்படாதே" என்றார். அபிஷேக் ஒரு மூலையில் அழுது கொண்டிருந்தான், சரண் தன் அன்பு மனைவியைப் பார்க்கச் சொன்னான். அனைவருக்கும் பல சொல்லிவிட்டு தன் தந்தையுடன் பயணிக்கிறார் சரண்.

கொடைக்கானலை அடைந்தார். தெய்வீக நகரமான நகர சொர்க்கத்தில் அனைவரும் மகிழ்ச்சியாக இருந்தனர். அனைவரும் சரண் மற்றும் அவரது தந்தையை வரவேற்றனர். அவரது தந்தை 20 ஆண்டுகளுக்கும் மேலோக நடந்த ஒவ்வொரு தருணத்தையும் பார்த்தார். அவர் தனது அன்பு மனைவியின் நினைவுகளை நினைவு கூர்ந்தார். சிக்கு சரண் அருகில் வந்து ஒருவரையொருவர் அணைத்துக் கொண்டான். கஃபுர் அவர் அருகில் வந்து ஒருவரையொருவர் அணைத்துக் கொண்டார். இறுதியாக, கஃபுர் தெய்வீக நகர மக்களுக்கு உண்மையைக் கூறுகிறார். "நான் ஜானா என்ற கிறிஸ்தவ பெண்ணை மணந்தேன். அவள் என்னுடன் மெக்கானிக் படித்தாள். என்னை திருமணம் செய்து கொண்டேன். எனக்குக் கிடைக்கும் குறைந்த சம்பளத்தால் அவளை என்னால் கவனிக்க

முடியவில்லை. அதற்காக அவள் என்னைத் தனியாக விட்டுவிட்டாள். ஒரு நல்ல நாள் அவர்களது குடும்பம் அந்த நேரத்தில் அவளை அழைத்துச் சென்று வேறு ஒரு பையனைத் திருமணம் செய்து கொண்டாள், என் மகளின் மீது எனக்கு 10 மடங்கு அதிக அன்பும் ஆதரவும் இருப்பதால் அவள் வெளியேறவில்லை, அதனால் என்னையும் என் மகளையும் காப்பாற்ற அல்லாஹ்விடம் பிரார்த்திக்கிறேன், அந்த நேரத்தில் ஆஷிக் கபீரைக் கட்டிப்பிடித்து மன்னிப்பு கேட்டார். எல்லோரும் மிகவும் மகிழ்ச்சியாக இருந்தார்கள்.சிரிக்கும் அடையாளங்களும் சிரிக்கும் தருணங்களும் மட்டுமே நடந்தன.

கடைசியாக அபிஷேக் தன் மனைவியைப் பார்க்கப் போகிறான். அவர் களௌஞ்சம் கசப்புடன் இருந்தார், ஆனால் இப்போது அவருக்கு பேர்களைவிட தைரியம் உள்ளது. அவர் வீட்டிற்குள் நுழையும் போது, ஒரு சிறிய மெல்லிசை பியானோ இசை எழுகிறது. முந்தைய காட்சியில் அபிஷேக் கற்றுக் கொடுத்த ஹாஃப் பியானோ பாடலை பல்லவி பாடிக்கொண்டிருந்தார். இறுதியாக, அவர்கள் இருவரும் சேர்ந்து பாடலைப் பாட, காட்சியில் இருந்த அனைவரும் கண்ணீர் விட்டு அழுதனர்.

ஒரு வருடம் கழித்து சரண் மற்றும் கீர்த்தி திருமணம் செய்து கொண்டனர். மேலும் ஒரு ஆண் குழந்தை பிறந்தது. சரண் நினைவுகளை மறக்கும் ஒரு தவறை கீர்த்தி செய்துள்ளார். எனவே அவர் லண்டனில் 4 ஆண்டுகளுக்கு FRCS பட்டத்திற்கு விண்ணப்பிக்கிறார். இதனால் அவர் தனது கணவரையும், குழந்தையையும் கொடைக்கானலில் விட்டுச் சென்றார்.

4 ஆண்டுகளுக்கப் பிறகு, ஜூலை 23, 1996 அன்று, அவள் பட்டப்படிப்பை முடித்து கொடைக்கானலுக்குத் திரும்பிக் கொண்டிருந்தாள். கொடைக்கானல் ரயில் நிலையத்தில் சரண் காத்திருந்தார், யாரும் இல்லை. சரண் ஒரு கல் பெஞ்சில் சிறிய வெள்ளை முடியுடன், ஒரு சாதாரண உடையுடன், படிக்கும் கண்ணாடியுடன் தனியாக அமர்ந்திருந்தான். மெதுவாக ஒரு சிறிய கையை உயர்த்தி சரண் அவர்களின் தோளை மீது வைத்தது. அது சரண் மகன் சஞ்சய். சஞ்சய் தன் அம்மாவுக்காக ஆவலுடன் காத்திருக்கிறான். "அம்மா எப்போ வருவாங்க" என்று சஞ்சய் கேட்டான். அதற்கு சரண் "சில நிமிடம்

காத்திருங்கள், அவர் வருகிறார்" என்று பதிலளித்தார். மெதுவாக ரயில் வந்தது. வயதான கீர்த்தி ரயில் நிலையத்திற்குள் நுழைந்த சஞ்சயின் வளர்ச்சியைக் கண்டு வியந்தாள். அவள் பேசாமல் இருந்தாள், ஒருவரையொருவர் கட்டிப்பிடித்துக்கொண்டு இறுதியாக, சஞ்சய் கூறினார்: "நான் உங்களுக்காக காத்திருந்தேன் அம்மா, உன்னை நேசிக்கிறேன்." எல்லாம் முடிந்துவிட்டது.

நன்றி.

ஒழுக்கம்: உறவு என்பதை நீங்கள் உணரும் வரை உறவுகள் சலிப்பாக இருக்கும்.

மாற்றும்.

# III

# ഒരു കാത്തിരിപ്പ് രപ്ണയം

പണ്ട് കൊടൈക്കനാലി? ചര? എന്നൊരു കുട്ടിയുണ്ടായിരുന്നു. അദ്ദേഹത്തിന് പലല്വി എന്നൊരു അമ്മയുണ്ട്. സംഗീതജ്ഞയും മികച്ച ഗായികയുമാണ് പലല്വി. അവ? തന്റെ ബാലയ്കാലം ആസവ്ദിക്കുകയായിരുന്നു. അവ? എപ്പോഴും അച്ചരനെക്കുറിച്ച് ചേദിക്കും, കാരണം അവ? ജനിച്ചപ്പോ? അമ്മ മാരത്മാണ് അവനെ പരിപാലിക്കുന്നത്. പിന്നെ ഇതുവരെ അച്ചരനെ കണ്ടിട്ടിലല്. പക്ഷേ അമ്മ അച്ചരനെ കുറിച്ച് പറഞ്ഞിലല്.

സ്കൂളി?, ഓരാ കുട്ടിക്കും അവരുടെ കുട്ടിയെ ഇറക്കിവിടാനും കൂട്ടിക്കൊണ്ടുപോകാനും അച്ചരനുണ്ട്, അത് അവന്റെ കൈവശമായിരിക്കും. അതിനാ? എലല്? കുട്ടികളും അവരുടെ പിതാവിനൊപ്പം വരുന്നു, പക്ഷേ അവ? മാരത്മേ അവന്റെ അമ്മയോടൊപ്പമുള്ളൂ. അങ്ങനെ അന്നുമുത? അവന് അച്ചരനെ വെറുത്തു. അദ്ദേഹത്തിന് ചിദംബരം എന്ന ഒരു സതയ്സന്ധനായ സുഹൃത്തുണ്ട്. ചിദംബരത്തെ "ചിക്കു" എന്നും വിളിക്കാറുണ്ട്.

എലല്? വേനലവധിക്കും കീ?ത്തി എന്ന അമ്മൂമ്മയുടെ വീട്ടി? ഒരു പെ?കുട്ടി വരും. മുത്തശ്ശിയുടെ പേര് സൗപ?ണിക എന്നാണ്.

പെട്ടെന്നൊരു ദിവസം, ഒരു അത്ഭുതം സംഭവിക്കുന്നു, കൊടൈക്കനാലിലേക്കുള്ള യാരത്യുടെ പാതിവഴിയി? ടയ?

പഞ്ചറായി ഒരു ബസ് നിന്നു, ആ സ്ഥലത്ത്, ചര? ഉണ്ടായിരുന്നു. ടയ? പഞ്ചറായത് കണ്ടപ്പോ? ആ രഗ്രാമത്തിലെ മെക്കാനിക്കിനോട് ടയറി? വായു നിറയ്ക്കാ? അഭയ്?ത്ഥിച്ച് അദ്ദേഹം ബസിനെ സഹായിച്ചു. ആ ഹി?സ്റ്റേഷനി?, ഗഫൂ? മാരത്മാണ് കഴിവുള്ള മെക്കാനിക്ക്, അയാ?ക്ക് ദാരിരദ്യ്മുണ്ട്, ആഷിക്ക് എന്നൊരു പെ?കുട്ടിയുണ്ട്. അമ്മയെ കുറിച്ച് പറയാത്തതി? ആഷിഖിന് അച്ഛനോട് ദേഷയ്മുണ്ട്. ചരണിന് ഇതൊരു വലിയ ഉത്തരവാദിത്തമായി മാറിയതിന് എലല്ാവരും നന്ദി പറഞ്ഞു. ആ ബസി? കീ?ത്തിയും താമസിച്ചു. അവ? അവനോട് നന്ദിയും പറഞ്ഞു, ചരണും കീ?ത്തിയും നലല് സുഹൃത്തുക്കളായി.

എലല്ാ വ?ഷവും കീ?ത്തി അവനെ കാണാ? വരും. എന്നാ? 9-◌◌ം കല്ാസി? നിന്ന് കോളേജിലേക്ക് പെട്ടെന്ന് അവ? അവധിക്ക് വന്നിലല്. ദിവസങ്ങ? മെലെല് മെലെല് കടന്നു പോകും തോറും അവളുടെ ഓ?മ്മക? അവന്റെ ഹൃദയത്തി? മാഞ്ഞു കൊണ്ടിരുന്നു. ഒപ്പം സ്കൂളും കോളേജും പൂ?ത്തിയാക്കി. അവനും അവന്റെ സുഹൃത്ത് ചിക്കുവും അവരുടെ പരയ്വേക്ഷണം ആസവ്ദിച്ച് എന്നേക്കും ആസവ്ദിക്കുകയായിരുന്നു.

പെട്ടെന്നൊരു ദിവസം, അതേ അത്ഭുതം സംഭവിക്കുന്നു, കൊടൈക്കനാലിലേക്കുള്ള പാതിവഴിയി? ടയ? പഞ്ചറായി ഒരു ബസ് നി?ത്തി, അവിടെ ചരണും ചിക്കുവും ഉണ്ടായിരുന്നു. അതേ ബസ് ഡ്രൈവ? മെക്കാനിക്കിനെ വിളിക്കാ? അഭയ്?ത്ഥിച്ചെങ്കിലും അദ്ദേഹം തയയ്ാറായിലല്. ഗഫൂറിന് സുഖമിലല്ത്തതിനാ? അയാ? സവ്യം വായു നിറച്ച് ബസിനെ സഹായിച്ചു.

ഇതേ സാഹചരയ്മാണ് സംഭവിക്കുന്നത്, ഇതൊരു വലിയ ഉത്തരവാദിത്തമാക്കിയതിന് എലല്ാവരും ചരണിന് നന്ദി പറഞ്ഞു. അവനും ബസി? കയറി.

പെട്ടെന്ന് അവ? കീ?ത്തിയെ കണ്ടു, പക്ഷേ അവളുടെ മുഖം അവ? തിരിച്ചറിഞ്ഞിലല്, അവ?ക്ക് അവന്റെ മുഖം മനസ്സിലായിലല്. എന്നാ? ആദയ് കാഴ്ചയി? തന്നെ അവ? അവളെ സ്നേഹിച്ചു. കീ?ത്തിയുടെ മുത്തശ്ശിയുടെ വീടിനടുത്തുള്ള ഒരു സ്റ്റോപ്പി? കീ?ത്തി തന്റെ ലഗേജുകളുമെടുത്ത് സന്തോഷത്തോടെ അമ്മൂമ്മയുടെ

വീട്ടിലേക്ക് നീങ്ങുകയായിരുന്നു. പക്ഷേ ചരണിന് ഒരു സംശയം, അവ? എന്തിനാണ് കീ?ത്തിയുടെ വീട്ടി? പോകുന്നത്? അത് മായ്ക്കാ? അവനും അവളെ അനുഗമിച്ച് അവളോട് സംസാരിച്ചു. മുത്തശ്ശിയുടെ വീട്ടിലെത്തിയ അമ്മൂമ്മ തന്റെ കൊച്ചുമക? കീ?ത്തി വീട്ടി? വന്നിട്ടുണ്ടെന്ന് സ്നേഹത്തോടെ കരഞ്ഞു. അപ്പോ? അത് കീ?ത്തിയാണെന്ന് ചര? മാരത്മേ സമ്മതിക്കൂ, അത് ചര? ആണെന്ന് കീ?ത്തിയും സമ്മതിക്കുന്നു. ഇരുവരും രപ്ണയത്തിന്റെ സവ്ഭാവത്തി? അത്ഭുതകരമായി തോന്നുന്നു, എട്ട് വ?ഷം മുമ്പ് അവ? ഒരുമിച്ച് കണ്ടുമുട്ടി.

തുട?ന്ന് കീ?ത്തിയുമായി ചര? രപ്ണയത്തിലായി. ചര? കീ?ത്തിയെ പിന്തുടർന്നു. ഒരു ഭക്തിനി?ഭരമായ അവസരത്തി?, കീ?ത്തി മനോഹരമായി ബാരതനടിയും നൃത്തം ചെയയ്ക്കുകയായിരുന്നു, അത് ചര? ഒരു ഫോക്ക? അകലത്തി? നിന്ന് കണ്ടു, അവ? കീ?ത്തിക്കൊപ്പം നൃത്തം ചെയയ്ക്കുന്നതായി സങ്ക?പ്പിച്ചു. ഒടുവി?, അവ? കീ?ത്തിയോട് വിവാഹാഭയ്?ത്ഥന നടത്തി, അവ? ആ നി?ദ്ദേശം സവ്ീകരിച്ചു.

പിന്നെ ഓരോ നിമിഷവും അവ? ജീവിതം ആസവ്ദിച്ചു. ഒരു നലല് ദിവസം, അവ? കണ്ടുമുട്ടി സംസാരിച്ചു. എന്നിട്ടും, എന്തിനാണ് എലല്? വേന?ക്കാല അവസരങ്ങളിലും കീ?ത്തി ഇവിടെയെത്തുന്നതെന്ന് ചര? സംശയിക്കുന്നു. അതിനാ? അവ? അവളോട് വയ്ക്തമാക്കാ? ആരഗ്ഹിക്കുന്നു. ഈ രപ്ദേശത്തിനപ്പുറം മാരന്ത്ികത ഉണ്ടെന്നും എലല് വ?ഷവും മാജിക് പരമാവധി കണ്ടെത്താ? രശ്മിക്കുന്നതിനായി ഈ രപ്ദേശത്ത് വരാറുണ്ടെന്നും എന്നാ? എലല് വ?ഷവും ഈ മാരന്ത്ികത തേടി അവ? സമയം പാഴാക്കുന്നുവെന്നും അവ? ലളിതമായി പറഞ്ഞു. ഇതുവരെ അവ? മാരന്ത്ികത കണ്ടെത്തിയിലല്. അതിനാ? ഈ രപ്ദേശത്തിനപ്പുറത്തുള്ള മാരന്ത്ികത കണ്ടെത്താ? സഹായിക്കണമെന്ന് അവ? അഭയ്?ത്ഥിച്ചു. ആ സെക്കന്റ് മുത? ചര? അവ?ക്ക് ഒരു ടൂറിസ്റ്റ് ഗൈഡായി രപവ?ത്തിക്കുന്നു. അവനും അവളും തടാക ബോട്ടിംഗ്, സൈകല്ിംഗ്, രബ്ഡ് ഓംലെറ്റ് കഴിക്ക?, ക്ഷേരത്ങ?, പള്ളിക?, മോസ്ക്കുക?, ബൊട്ടാണിക്ക? ഗാ?ഡനുക?, ഹോംമെയ്ഡ് ചോകേല്റ്റുക?, കയ്മ്പ് ഫെയ?, ലോംഗ്

രൈഡ്-ഇ? ബൈക്കുക? മുതലായവ സന്ദ?ശിച്ചു. പക്ഷേ ഒന്നും ഫലവത്തായിലല്.

അന്നു രാത്രി ഉറങ്ങിയിലല്, മാരന്ത്ികവിദയ്യെക്കുറിച്ച് ചിന്തിച്ചു. പുസ്തകങ്ങ?, പരത്ങ്ങ?, ലേഖനങ്ങ?, ടിവി ചാനലുക? തുടങ്ങിയവയെ അദ്ദേഹം പരാമ?ശിച്ചു. പക്ഷേ അത് ഫലിച്ചിലല്. അവളും അത് തന്നെ ചെയ്തു, ഒരുപാട് റഫ? ചെയ്തു, പക്ഷേ അതും രപ്വ?ത്തിച്ചിലല്. അതിനാ? അവ? തന്റെ അമ്മയെയും സുഹൃത്തുക്കളെയും ആളുകളെയും പരാമ?ശിച്ചു. മുത്തശ്ശിയോടും ബന്ധുക്കളോടും സുഹൃത്തുക്കളോടും കുടുംബത്തോടും മറ്റും ചോദിച്ച് കീ?ത്തിയും അതുതന്നെയാണ് ചെയയുന്നത്. എന്നാ? ആളുകളുടെ ആശയങ്ങ? അവ?ക്കായി രപ്വ?ത്തിച്ചിലല്. അങ്ങനെ അത് പരാജയപ്പെട്ടു.

നിശബ്ദമായ ഒരു രാത്രിയി? ചര? ഉറങ്ങുകയായിരുന്നു. ഇടിമിന്നലിന്റെ ഒരു രപ്കാശം അവന്റെ കണ്ണിനെ ഉണ?ത്തി, ഇടിയുടെ ശബ്ദം അവന്റെ ഭയത്തെയും തലച്ചോറിനെയും ഉണ?ത്തി. പെട്ടെന്ന് അവ? ഉണ?ന്ന് **3:43** ന് ഒരു ആശയം ചിന്തിച്ചു. അദ്ദേഹം ലേഖനങ്ങളി? ഒരു ആശയം തിരയുകയും പല്? നേടുകയും ചെയ്തു.

അടുത്ത ദിവസം ഒരു സ്ഥലം കാണിക്കാ? വരാ? കീ?ത്തിയെ ഫോണി? വിളിച്ചു. കീ?ത്തി വരസ്ത്ം ധരിച്ച് കോറിഡോറി? ഒരുങ്ങി അവനെ കാത്ത് നി?ക്കുകയായിരുന്നു. അവസാനം അവ? വന്ന് ഒരു തുണികൊണ്ട് അവളുടെ കണ്ണുക? അടച്ച് അവളെ എടുത്തു. പിന്നെ ഒരു നീണ്ട യാരത് പോയി ഒടുവി? ലക്ഷയ്സ്ഥാനം എത്തി. പതിയെ ചര? കണ്ണുതുറന്ന് പിലല? പാറകളി? നിന്നുള്ള കൊടൈക്കനാലിന്റെ കാഴ്ച കാണിച്ചു. തന്റെ പാദങ്ങ? നിലത്തു തൊടുമ്പോ? ശവ്ാസം മുട്ടിയപ്പോ? ഉന്മേഷം അനുഭവപ്പെട്ടപ്പോ? കീ?ത്തിക്ക് ഒന്നും പറയാനിലല്ായിരുന്നു. അവ? കരഞ്ഞുകൊണ്ട് ചരണിനെ കെട്ടിപ്പിടിച്ചു. അപ്പോ? അവ? അവന്റെ വിവാഹാലോചന നടത്തി, അവളും സമ്മതിച്ചു. ഈ കാഴ്ചയെക്കുറിച്ച് എങ്ങനെ അറിയാമെന്ന് കീ?ത്തി ചോദിച്ചു. കുട്ടിക്കാലത്ത് അമ്മയും താനും ഇവിടെ വന്നിരുന്നുവെന്ന് അദ്ദേഹം മറുപടി പറഞ്ഞു.

**2** വ?ഷം മുമ്പ് ചിക്കു തനിസ്ക എന്ന പെ?കുട്ടിയെ രപ്ണയിച്ചിരുന്നു. പക്ഷേ അവ? ചിക്കുവിനെക്കാ? സീനിയറാണ്. അവ? ബിരുദം പൂ?ത്തിയാക്കി, പക്ഷേ അവ? അവസാന വ?ഷമാണ് പൂ?ത്തിയാക്കിയത്.

എന്നാ? അവളുടെ മാതാപിതാക്ക? നി?ബന്ധിച്ച് വിവാഹം കഴിച്ചു. എന്നാ? രപ്തിരശ്ുത വരന്റെ നി?ദ്ദേശം അവ? നിരസിച്ചു. ചിക്കുവിന്റെ കുടിൾശിക കാരണം അവ?ക്ക് ബിരുദം വരെ കാത്തിരിക്കാനാവില്ല. അങ്ങനെ അവ? ചിക്കുവുമായി ബന്ധം വേ?പെടുത്തി തന്റെ രപ്തിരശ്ുത വരനെ വിവാഹം കഴിച്ചു. ചിക്കു ഒരു ജോളി ടൈപ്പാണ്, അവ? എപ്പോഴും ആരെയെങ്കിലും രസിപ്പിക്കുകയും ചിരിക്കുകയും ചെയയ്ും. അതിനാ? സുഹൃത്തുക്ക? കരുതിയ ഒരു തമാശയായി അദ്ദേഹം ഇതിനെയും എടുക്കുന്നു.

ഒരു സുരപ്ഭാതത്തി?, ചിക്കുവും ചരണും കീ?ത്തിയും ഹോട്ടലി? ഉണ്ടായിരുന്നു. അതേ സമയം ചിക്കുവിന്റെ കാമുക? ഭ?ത്താവിനും കുഞ്ഞിനുമൊപ്പം ഹോട്ടലിലെത്തി. ചിക്കു തന്റെ കുഞ്ഞിനെ കണ്ട് ഞെട്ടി, നാണിച്ചു. അവ? സവ്യം പരിചയപ്പെടുത്തിയപ്പോ?. ഈ രംഗത്തി? എല്ലാം തകിടം മറിഞ്ഞു. കുഞ്ഞ് ചിക്കുവിനെ തള്ളി, അവ? മേശയിലേക്ക് വീണു, അവന്റെ അടുത്ത് വെയിറ്റ? ചൂടുവെള്ളത്തിന്റെ കുടം തള്ളി, ജഗ്ഗ് ഒരു തടിച്ച രസ്ത്ീയുടെ മേ? വീണു, ജഗ്ഗ് അവനിലേക്ക് എറിഞ്ഞു, പക്ഷേ അവ? ലക്ഷയ്ം വച്ചത് മറ്റൊരു ബിസിനസുകാരനെ ഇടിച്ചു, അവ? അവരെ മറ്റൊരാളെ എറിഞ്ഞു. ഉപഭോക്താവ് മറ്റൊരാളെ അടിച്ച് മുന്നോട്ട് പോകുന്നു. ഒടുവി?, ഉടമ ആ രപ്വൃത്തി നി?ത്തി, പക്ഷേ ആ ജഗ് വീണ്ടും ഉടമയെ അടിച്ച് ഈ പാരഡി പോരാട്ടം പൂ?ത്തിയാക്കി. എല്ലാവരും സുരക്ഷിതരായി അവരവരുടെ വീട്ടിലേക്ക് മടങ്ങി.

അടുത്ത ദിവസം, അവളുടെ മാതാപിതാക്കളും രപ്തിരശ്ുത വരനെ തിരയുന്നതിനാ? കീ?ത്തി സങ്കടപ്പെട്ടു, അതിനാ? അവ? അവനെ കാണാ? ചരണിനെ വിളിച്ചു. അവ? വിവരം പറഞ്ഞപ്പോ? അവ? അസവ്സ്ഥനായി. അപ്പോ? അവ? എന്നോട് പറഞ്ഞു, ഇത് പരിഹരിക്കാ? ഒരു പരിഹാരമുണ്ട്. രപ്തിവിധി, ചര? അവളെ വിവാഹം കഴിക്കാ? ആരഗ്ഹിക്കുന്നുവെന്ന് പിതാവിനോട് സംസാരിക്കാ?

ആരഗ്ഹിക്കുന്നു. പക്ഷേ അവന് അമ്മയെ പേടിയാണ്. അങ്ങനെ അവ? അത് നിഷേധിച്ചു. അവ? കൂടുത? തവണ ആവശയ്പ്പെട്ടെങ്കിലും അവ? അത് നിരസിച്ചു. അങ്ങനെ അവ? ചരണുമായി പിരിഞ്ഞു. ചര? വിഷാദത്തിലായിരുന്നു. ഗഫൂ? ഉപദേശിച്ചെങ്കിലും ഫലമുണ്ടായിലല്. ചിക്കു അവനെ ഉപദേശിച്ചു, "ഞാ? വളരെ സന്തോഷവാനാണെന്ന് നിങ്ങ? കരുതുന്നു, പക്ഷേ യഥാ?ത്ഥ വസ്തുത ഞാ? എന്റെ ഹൃദയത്തി? കരയുന്നു, ഓരോ മിനിറ്റിലും ഞാ? തനിഷ്കയെക്കുറിച്ചാണ് ചിന്തിക്കുന്നത്, ഞാ? അവളെ ഹോട്ടലി? കണ്ടുമുട്ടിയപ്പോ?, തനിഷ്ക എന്നെ ലജ്ജിപ്പിച്ചു. ഇപ്പോഴും, ഇപ്പോ? ഞാ? അവളെ സ്നേഹിക്കുന്നു, അവ? ഇതുവരെ എന്നെ സ്നേഹിക്കുന്നു, കാരണം അവളുടെ കണ്ണുക? കാണുമ്പോ? അതേ സ്നേഹം ഇപ്പോഴും ഉണ്ടായിരുന്നു. എനിക്ക് രപ്ണയിക്കാനുള്ള അവസരം നഷ്ടപ്പെടുന്നു. പക്ഷേ നിങ്ങ? വിചാരിച്ചാ? നിങ്ങ?ക്ക് മാറ്റങ്ങ? വരുത്താ? കഴിയും."

ഈ വാക്കുക? കേട്ടപ്പോ? അവ? തന്റെ വീട്ടി? ചെന്ന് അമ്മയോട് "നീ എന്ത് സവ്ാതരന്ത്യ്ം കൊടുക്കുന്നിലല്" എന്ന് വിളിച്ചുപറഞ്ഞു. അച്ഛനെ കുറിച്ച് മോശമായി സംസാരിക്കുന്നത് വരെ അവന്റെ അമ്മ ശാന്തനും നിശബ്ദനുമാണ്. അപ്പോ? അമ്മ അച്ഛനെ കുറിച്ച് പറയുന്നു.

**25** വ?ഷങ്ങ?ക്ക് മുമ്പ്, ചരണിന്റെ അമ്മ തടാകത്തിനടുത്തുള്ള ഒരു തെരുവ് സംഗീതജ്ഞയും ടൂറിസ്റ്റ് ഗൈഡുമാണ്. ഒരു നലല് ദിവസം, പലല്വി മനോഹരമായ ഒരു ഗാനം ആലപിച്ചു. അവളുടെ അടുത്ത്, ഇന്തയ? സൈനിക?ക്ക് ഒരു ബാച്ച് യാരത്യുണ്ട്. ആ കൂട്ടത്തി? അഭിഷേകെ എന്ന സൈനിക ജനറ? പാട്ട് കേട്ട് തന്റെ വികാരങ്ങ? കരഞ്ഞു. പാട്ട് കഴിഞ്ഞപ്പോ? എലല്ാവരും അവളെ അഭിനന്ദിച്ച് അവരുടെ ജോലി ചെയയ്? പോയി. എന്നിട്ട് അവ? സവ്യം പരിചയപ്പെടുത്തി. തന്റെ ജീവിതത്തെക്കുറിച്ച് സംസാരിക്കുന്നു, അവ? ഒരു സംഗീതജ്ഞ? കൂടിയാണ്, എന്നാ? ദാരിരദ്യ്ം കാരണം, ഭക്ഷണവും വിദയ്ഭയ്ാസവും വരസ്ത്വും സൗജനയ്മായതിനാ? അദ്ദേഹം തന്റെ സംഗീത ജീവിതം തയ്ജിക്കുകയും സൈനിക സ്കൂളിലേക്ക് നയിക്കുകയും

ചെയ്തു. അങ്ങനെ അവ? അവിടെ ചേ?ന്നു. പിന്നെ കൊടൈക്കനാലിലെ ഒരു ടൂ? ഗൈഡിനെ തരാ? അയാ? അവേളോട് അഭയ്?ത്ഥിച്ചു. പണത്തിനു വേണ്ടി അവ? സവ്ീകരിച്ചു.

അടുത്ത ദിവസം, അവനും അവളും തടാക ബോട്ടിംഗ്, സൈകലിംഗ്, രൈബ്ഡ ഓംലെറ്റ് കഴിക്ക?, ക്ഷേരത്ങ്ങ?, പള്ളിക?, മോസ്ക്കുക?, ബൊട്ടാണിക്ക? ഗാ?ഡനുക?, ഹോംമെയ്ഡ ചോകേല്റ്റുക?, കയ്ാമ്പ് ഫയറുക? മുതലായവ സന്ദ?ശിച്ചു.

പിറ്റേന്ന് അവ? വന്ന് ഒരു തുണികൊണ്ട് അവളുടെ കണ്ണുക? അടച്ച് അവളെ കൂട്ടിക്കൊണ്ടുപോയി. പിന്നെ ഒരു നീണ്ട യാരത് പോയി ഒടുവി? ലക്ഷയ്സ്ഥാനം എത്തി. പതിയെ അബിഷക്കെ കണ്ണുതുറന്ന് പിലല്? പാറകളി? നിന്നുള്ള കൊടൈക്കനാലിന്റെ കാഴ്ച കാണിച്ചു. ശവാസം ശവ്സിക്കുന്ന വായു കാലുക? നിലത്തു വീണപ്പോ? ഉന്മേഷം അനുഭവപ്പെട്ടപ്പോ? പലല്വി ഒന്നും മിണ്ടാതെ പോയി. അവ? കരഞ്ഞുകൊണ്ട് ചരണിനെ കെട്ടിപ്പിടിച്ചു. തുട?ന്ന് അവ? തന്റെ വിവാഹാലോചന നി?ദ്ദേശിച്ചു, അവളും അംഗീകരിക്കുകയും വിവാഹം കഴിക്കുകയും ചെയ്തു. അവിടെ നിന്നാണ് തുടങ്ങിയത്.

അവ? ഗ?ഭത്തി?റെ അവസാന ഘട്ടത്തി? ആയിരിക്കുമ്പോ?. ഇന്തയ്? അതി?ത്തിയി? ജോലി ചെയ്തിട്ടുള്ള അഭിഷേക് തന്റെ കുഞ്ഞിനെ രപ്സവിക്കുന്നതിന് മുമ്പ് അതി?ത്തിക?ക്കിടയി? യുദ്ധം ചെയയ്? പോയി. അതുകൊണ്ട് താ? വരാത്തത് വരെ ഈ കുട്ടി അവനെ കുറിച്ച് അറിയരുത് എന്ന് വാക്ക് തരാ? പറഞ്ഞു. അവ? അതും വാക്ക് കൊടുത്തു. ഇക്കാരണത്താ?, അവ? മാരത്ം അവന്റെ പിതാവിനെക്കുറിച്ച് മകനോട് പറഞ്ഞിലല്. അവ? പോകുമ്പോ?, അവ? അവളെ ഒരു ഹാഫ് പിയാനോ പാട്ട് പഠിപ്പിച്ചു, മറ്റൊരു ഹാഫ് പിയാനോ പാട്ട് അവനറിയാം. അങ്ങനെ രപ്ണയത്തെ സംഗീതപരമായി ചിട്ടപ്പെടുത്താ? കഴിയും.

ഒരു വ?ഷം കഴിഞ്ഞിട്ടും അവ? വീട്ടി? വന്നിലല്. അവനെ അനേവ്ഷിച്ച് അവ? മകനെ അയ?വാസിയുടെ വീട്ടി? ഉപേക്ഷിച്ചു. അവ? അവനെ തേടി ചെന്നൈ മിലിട്ടറി സ്റ്റേഷനി? പോയി. എന്നാ? അതേ നിമിഷം തന്നെ കുട്ടിയെയും ഭാരയ്യെയും കാണാ? കൊടൈക്കനാലിലേക്ക്

പോയി. പക്ഷേ, ദൗ?ഭാഗ്യം സങ്കടം ന?കുന്നു, ഇരുവരും വിവിധ നഗരങ്ങളി? അവരെ തിരയുന്നു.

അവരെ നഷ്ടപ്പെട്ടുവെന്നാണ് ഓരോരുത്തരും കരുതിയത്.

അങ്ങനെ അന്നു മുത? ഞാ? അവനെ കാത്തിരുന്നു. ചര? അവളുടെ തുടയി? കിടന്ന് വിശ്വാസത്തോടെ അവളുടെ കൈയി? പിടിച്ച് കരയുന്നു. അങ്ങനെ ആ ദിവസത്തിനായി കാത്തിരുന്നാ? ചരണിന് ഒരു പിതാവ് ഉണ്ടാകുമെന്ന് അവ? മനസ്സിലാക്കി, ക്ഷമ നശിച്ചതാണ് ഈ രപ്ശ്നങ്ങളെലല്ാം ആരംഭിച്ചത്.

ചരണിന് അച്ഛനെ കാണണമെന്ന് ആരഗ്ഹമുണ്ട്. അതുകൊണ്ട് അവളുടെ അമ്മയും അവന്റെ അച്ഛനെക്കുറിച്ചുള്ള വിവരങ്ങ? ശേഖരിക്കാ? അവന്റെ സുഹൃത്തുക്കളുടെ വിലാസം ന?കി അവനെ സഹായിച്ചു.

അടുത്ത ദിവസം, കീ?ത്തി ചെന്നെയിലെ താമസസ്ഥലത്തേക്ക് മാറുകയാണ്. കൊച്ചുമക? അവളുടെ പട്ടണത്തിലേക്ക് പോകുന്നതിനാ? മുത്തശ്ശി വളരെ കരയുകയായിരുന്നു. ചര? അവളോട് മാപ്പ് ചോദിച്ചു, പക്ഷേ അവ? ക്ഷമിച്ചിലല്. പിന്നെ അവ? കൊടൈക്കനാ? വിട്ടു.

ഒരാഴ്ചയ്ക്കുശേഷം, പുസ്തകങ്ങളിലും പരത്ങ്ങളിലും ലേഖനങ്ങളിലും ടിവി ചാനലുകളിലും മറ്റും മിലിട്ടറി ജനറ? അബിഷക്കിനെ തിരഞ്ഞു.പിന്നെ അച്ഛന്റെ സുഹൃത്തുക്കളെ കണ്ട് വിവരങ്ങളും വിലാസവും ശേഖരിക്കാ? അയാ? വിചാരിച്ചു. അങ്ങനെ ആ മെക്കാനിക്ക് ഗഫൂ? അവന്റെ വീട്ടി? വന്ന് അച്ഛനെ കണ്ടുപിടിക്കാ? ഒരു ബൈക്ക് കൊടുത്തു. ആ സഹായത്തിനായി അയാ? ഗഫൂറിനെ കെട്ടിപ്പിടിച്ചു. കൂടാതെ പലരും ചരണിന് കുറച്ച് പണം ന?കി. ചര? തന്റെ അച്ഛനെ കണ്ടെത്തി അവരോടൊപ്പം താമസിക്കുമെന്ന് വാഗ്ദാനം ചെയ്യുന്നു. ഒടുവി? എലല്ാവരോടും പറഞ്ഞു, താ? അച്ഛനെ കണ്ടെത്താ? പോകുകയാണെന്ന്.

ഹി?സ്റ്റേഷനി? നിന്ന് ഇറങ്ങിയ ശേഷം, ദൗ?ഘലയാരത്യിലെ തന്റെ ജീവിതയാരത്യെക്കുറിച്ച് അദ്ദേഹം ഓ?ത്തു. ഓരോ മൈലിലും തന്റെ ജീവിതത്തിലെ നാഴികക്കലല്ുകളെ കുറിച്ച് അവ? ചിന്തിച്ചു. അവ? തന്റെ രപ്ശ്നങ്ങളെക്കുറിച്ച് ചിന്തിക്കുകയും ഹൃദയത്തി? നിന്ന് പരിഹാരം

കണ്ടെത്തുകയും ചെയ്തു.

ഒടുവി? അച്ഛനെ തേടി ചര? ചെന്നൈയിലെത്തി. അച്ഛന്റെ ബാച്ചിന്റെ ചിരത്വും, അച്ഛന്റെ സുഹൃത്തുക്കളുടെ വിലാസവും, ഒരു കുപ്പി നിറയെ വെള്ളവും, അമ്മയുടെ ഫോട്ടോയും, ധരിക്കാ? കുറച്ച് വരസ്ത്ങ്ങളും, ആളുകളി? നിന്നുള്ള പണവും ചരണിന്റെ പക്കലുണ്ട്. അച്ഛന് പത്ത് സുഹൃത്തുക്കളുണ്ട്.

ചര? അച്ഛന്റെ ആദയ സുഹൃത്തിനെ കാണാ? പോയി. അവ? തന്റെ പിതാവിനെക്കുറിച്ച് ചോദിക്കുന്നു, അവന്റെ പിതാവ് രണ്ടാഴ്ച മുമ്പ് താമസിച്ചിരുന്നുവെന്ന് അവനോട് പറയുന്നു, അവ? തന്റെ രണ്ടാമത്തെ സുഹൃത്തിന്റെ വീട്ടി? താമസിക്കാ? പോകുന്നുവെന്നും പറഞ്ഞു. ചര? തന്റെ ഭാരയ്യെക്കുറിച്ച് ചോദിക്കുന്നു, മൂന്ന് മാസം മുമ്പ് ചെറിയ വഴക്കിനെത്തുട?ന്ന് അവ? പോയി എന്നാണ് അദ്ദേഹം മറുപടി ന?കിയത്.

ചര? അച്ഛന്റെ രണ്ടാമത്തെ സുഹൃത്തിനെ കാണാ? പോയി. അവ? തന്റെ പിതാവിനെക്കുറിച്ച് ചോദിക്കുന്നു, അവന്റെ അച്ഛ? രണ്ടാഴ്ച മുമ്പ് താമസിച്ചിരുന്നുവെന്ന് അവനോട് പറയുന്നു, അവ? തന്റെ മൂന്നാമത്തെ സുഹൃത്തിന്റെ വീട്ടി? താമസിക്കാ? പോകുന്നുവെന്നും പറഞ്ഞു. തന്റെ മാതാപിതാക്കളെ കുറിച്ച് ചര? ചോദിക്കുന്നു, നാല് മാസം മുമ്പ് അവ? തന്റെ ഭാരയ് കാരണം ഉപേക്ഷിച്ചുവെന്നായിരുന്നു മറുപടി.

ചര? അച്ഛന്റെ മൂന്നാമത്തെ സുഹൃത്തിനെ കാണാ? പോയി. അവ? തന്റെ പിതാവിനെക്കുറിച്ച് ചോദിക്കുന്നു, രണ്ടാഴ്ച മുമ്പ് അച്ഛ? താമസിച്ചിരുന്നുവെന്ന് അവനോട് പറയുന്നു, അവ? തന്റെ നാലാമത്തെ സുഹൃത്തിന്റെ വീട്ടി? താമസിക്കാ? പോകുന്നുവെന്നും പറഞ്ഞു. തന്റെ മദയ്പാനത്തെ കുറിച്ച് ചര? ചോദിക്കുന്നു, മൂന്ന് മാസം മുമ്പ്, ആ മെഡ? നേടുക എന്നതാണ് തന്റെ ആരഗ്ഹമെന്ന്, എന്നാ? വിരമിച്ചതിനാ? അത് ഉപേക്ഷിച്ചു.

ചര? അച്ഛന്റെ നാലാമത്തെ സുഹൃത്തിനെ കാണാ? പോയി. അവ? തന്റെ പിതാവിനെക്കുറിച്ച് ചോദിക്കുന്നു, അവന്റെ അച്ഛ? രണ്ടാഴ്ച മുമ്പ് താമസിച്ചിരുന്നുവെന്ന് അവനോട് പറയുന്നു, അവ? തന്റെ അഞ്ചാമത്തെ സുഹൃത്തിന്റെ വീട്ടി?

താമസിക്കാ? പോകുന്നുവെന്നും പറഞ്ഞു. തന്റെ സങ്കടത്തെക്കുറിച്ച് ചര? ചോദിക്കുന്നു, മൂന്നാഴ്ച മുമ്പ് തന്റെ സവ്കാരയ്ത മറ്റൊരാ? ഹാക്ക് ചെയ്തതായി അദ്ദേഹം മറുപടി ന?കി.

ചര? അച്ഛന്റെ അഞ്ചാമത്തെ സുഹൃത്തിനെ കാണാ? പോയി. അവ? വാതിലി? മുട്ടിയപ്പോ?, രപ്‌ീയ എന്ന ഒ?പത് വയസ്സുള്ള പെ?കുട്ടി വാതി? തുറന്ന് അവളുടെ അച്ഛനെക്കുറിച്ച് ചോദിക്കുന്നു. പിന്നെ ചര? കുറച്ച് ഭക്ഷണം തയ്യാറാക്കി രപ്‌ീയയ്ക്ക് ന?കി. ചര? അവളുടെ അച്ഛനെക്കുറിച്ച് ചോദിക്കുന്നു, അവ? മറുപടി പറഞ്ഞു, മൂന്നാഴ്ച മുമ്പ്, ഒരു ലോ? വിഷയത്തി? അയാ? അറസ്റ്റിലായി, ലോ? അവളുടെ സ്കൂ? ഫീസായി അടച്ചു. ചര? അവളുടെ അമ്മയെക്കുറിച്ച് ചോദിക്കുന്നു, രപ്‌ീയ ജനിച്ചപ്പോ? അമ്മ മരിച്ചുവെന്ന് രപ്‌ീയ മറുപടി ന?കി. അവ? അവന്റെ അച്ഛനെക്കുറിച്ച് ചോദിക്കുന്നു, അവന്റെ അച്ഛ? രണ്ടാഴ്ച മുമ്പ് താമസിച്ചിരുന്നുവെന്ന് അവനോട് പറയുന്നു, അവ? തന്റെ ആറാമത്തെ സുഹൃത്തിന്റെ വീട്ടി? താമസിക്കാ? പോകുന്നു എന്ന് പറഞ്ഞു.

ചരണിന് ദേഷ്യവും ക്ഷമയും നഷ്ടപ്പെട്ടു, പക്ഷേ അമ്മയുടെ വാക്കുക? "അവളുടെ ക്ഷമ നഷ്ടപ്പെട്ടതാണ് ഈ രപ്‌ശ്നങ്ങളെലല്ാം ആരംഭിച്ചത്." അങ്ങനെ രാരത്ിയായി രപ്‌ീയയുടെ വീട്ടി? തങ്ങി. എന്തിനാണ് അച്ഛ? ഈ മണ്ടത്തരങ്ങ? ചെയ്തതെന്ന് അവ? ചിന്തിക്കുന്നു. അച്ഛ? എന്തോ പറയുന്നുണ്ടെന്ന് അവനറിയാം.

അടുത്ത ദിവസം, അവ? തന്റെ പിതാവിന്റെ മറ്റൊരു അഞ്ച് സുഹൃത്തുക്കളെ കാണാ? തയ്യാറെടുത്തു. ചരണിനൊപ്പം രപ്‌ീയയും കൂടെ പോകാ? തയ്യാറായി.

ചര? അച്ഛന്റെ ആറാമത്തെ സുഹൃത്തിനെ കാണാ? പോയി. അവ? തന്റെ പിതാവിനെക്കുറിച്ച് ചോദിക്കുന്നു, അവന്റെ പിതാവ് ഒരാഴ്ച മുമ്പ് താമസിച്ചിരുന്നുവെന്ന് അവനോട് പറയുന്നു, അവ? തന്റെ ഏഴാമത്തെ സുഹൃത്തിന്റെ വീട്ടി? താമസിക്കാ? പോകുന്നുവെന്നും പറഞ്ഞു. ചര? തന്റെ മുത്തശ്ശിമാരെക്കുറിച്ച് ചോദിക്കുന്നു, മൂന്ന് മാസം മുമ്പ് അവ? മരിച്ചുവെന്ന് അദ്ദേഹം മറുപടി ന?കി.

ചര? അച്ഛന്റെ ഏഴാമത്തെ സുഹൃത്തിനെ കാണാ? പോയി. അവ? തന്റെ പിതാവിനെക്കുറിച്ച് ചോദിക്കുന്നു, അവന്റെ അച്ഛ? ഒരാഴ്ച മുമ്പ് താമസിച്ചിരുന്നുവെന്ന് അവനോട് പറയുന്നു, അവ? തന്റെ എട്ടാമത്തെ സുഹൃത്തിന്റെ വീട്ടി? താമസിക്കാ? പോകുന്നു എന്ന് പറഞ്ഞു. ചര? തന്റെ വീടിനെ കുറിച്ച് ചോദിക്കുന്നു, മൂന്ന് മാസം മുമ്പ്, വീട് വിറ്റത് തനിക്ക് ദൗ?ഭാഗയ്കരമാണെന്ന് അദ്ദേഹം മറുപടി ന?കി.

രപ്Iയയുടെ കോപവും ക്ഷമയും നഷ്ടപ്പെട്ടു, അതിനാ? അവ? എന്തിനാണ് അവന്റെ അടുത്തേക്ക് പോകുന്നത് എന്ന് അവ? പറയുന്നു, എന്നാ? ക്ഷമ നശിച്ചതിനാലാണ് ഈ രപ്ശ്നം ആരംഭിച്ചതെന്ന് അവ? അമ്മയോട് പറഞ്ഞു. അതുകൊണ്ട് അവന്റെ അച്ഛനെ കണ്ടെത്താ? കഴിയുമെന്ന ഒരു വിശവ്വാസം ന?കുന്നു.

ചര? അച്ഛന്റെ ഏട്ടനെ കാണാ? പോയി. അവ? തന്റെ പിതാവിനെക്കുറിച്ച് ചോദിക്കുന്നു, അവന്റെ പിതാവ് ഒരാഴ്ച മുമ്പ് താമസിച്ചിരുന്നുവെന്ന് അവനോട് പറയുന്നു, അവ? തന്റെ ഒമ്പതാമത്തെ സുഹൃത്തിന്റെ വീട്ടി? താമസിക്കാ? പോകുന്നുവെന്നും പറഞ്ഞു. ചര? തന്റെ സഹോദരിയെക്കുറിച്ച് ചോദിക്കുന്നു, മൂന്ന് മാസം മുമ്പ് അവ? ഒരു ആ?കുട്ടിയെ സ്നേഹിച്ചതിനാ? അവ? പോയി എന്നാണ് അദ്ദേഹം മറുപടി ന?കിയത്.

ചര? അച്ഛന്റെ ഒമ്പതാമത്തെ സുഹൃത്തിനെ കാണാ? പോയി. അവ? വാതിലാ? മുട്ടിയപ്പോ? കീ?ത്തി വാതി? തുറന്നു, അവനെ കണ്ടു ഞെട്ടി, അവളുടെ കണ്ണുകളി? കണ്ണുനീ? നിറഞ്ഞു, പക്ഷേ അവ? കണ്ണുനീ? നിയരന്ത്രിച്ചു. കീ?ത്തിയോടുള്ള തന്റെ അതിയായ സ്നേഹം പറയാനുള്ള നിമിഷമാണിതെന്ന് ചര? കരുതി, അതിനാ? അവ? അവളുടെ അച്ഛനോട് തന്റെ സ്നേഹം പറഞ്ഞു, അവളുടെ അച്ഛ? ആദയം ദേഷയ്ത്തി? അവനെ അടിച്ചു, ചര? ശാന്തനായി അച്ഛനെ ബോധയ്പ്പെടുത്തി, തുട?ന്ന് അവളുടെ അച്ഛ? സവീകരിച്ചു. അവ? തന്റെ പിതാവിനെക്കുറിച്ച് ചോദിക്കുന്നു, അഞ്ച് ദിവസം മുമ്പ് അച്ഛ? താമസിച്ചിരുന്നുവെന്ന് അവനോട് പറയുന്നു, അവ? തന്റെ പത്താമത്തെ സുഹൃത്തിന്റെ വീട്ടി? താമസിക്കാ? പോകുന്നുവെന്നും പറഞ്ഞു. ചര? തന്റെ പത്താമത്തെ

സുഹൃത്തിനെക്കുറിച്ച് ചോദിക്കുന്നു, അവ? തന്നെ ഒറ്റിക്കൊടുത്തുവെന്നായിരുന്നു മറുപടി.

ചര? അച്ഛന്റെ പത്താമത്തെ സുഹൃത്തിനെ കാണാ? പോയി. അവ? അവന്റെ അച്ഛനെക്കുറിച്ച് ചോദിക്കുന്നു, അച്ഛ? മൂന്ന് ദിവസം മുമ്പ് താമസിച്ചിരുന്നുവെന്ന് അവനോട് പറഞ്ഞു, അവ? അവന്റെ വീട്ടിലേക്ക് പോയി എന്ന് പറഞ്ഞു. ചര? വളരെ സന്തോഷവാനായിരുന്നു, ഒടുവി? അച്ഛന്റെ വിലാസം കണ്ടെത്തി. ചര? തന്റെ കുറ്റത്തെക്കുറിച്ച് ചോദിക്കുന്നു, അവ? തന്റെ സുഹൃത്തിനെ ഒറ്റിക്കൊടുത്തുവെന്നായിരുന്നു മറുപടി.

അവസാനം അച്ഛനെ കണ്ട സന്തോഷത്തിലാണ് ചര?. അവസാനം അച്ഛന്റെ വസതിയുടെ വിലാസം കിട്ടി. ചരണും രപ്ലിയയും അച്ഛന്റെ വസതിയിലേക്ക് പോയി. ഓ?മ്മകളെലല്‍ാം ഫോട്ടോകളായി എടുത്ത് ചുമരി? തൂക്കുന്നത് അവ? കണ്ടു. അച്ഛന്റെയും അമ്മയുടെയും ചെറിയ ഫോട്ടോക? കണ്ട് അവ? പൊട്ടിക്കരഞ്ഞു. അവ? അച്ഛനെ അനേവ്ഷിച്ചു, പക്ഷേ വേറെ പോയിലല്. അടുത്തുള്ള മുറിയി? നിന്ന് ഒരു ശബ്ദം കേ?ക്കുന്നു. ശബ്ദം അവന്റെ അമ്മയുടെ ശബ്ദമായിരുന്നു. അയാ? മുറിയിലേക്ക് നീണ്ട ചുവടുക? വച്ചു. പൊടി നിറഞ്ഞ ഒരു പഴയ റേഡിയോയുണ്ട്. അതിനടിയി? ഒരു ചെറിയ വിസിറ്റിംഗ് കാ?ഡ് ഉണ്ട്. ആ വിസിറ്റിംഗ് കാ?ഡി? രഖോമൂലമുള്ള ഒരു വിലാസമുണ്ട്. ചരണും രപ്ലിയയും വിലാസത്തിലേക്ക് പോയി.

അവിടെ അവ? അവന്റെ പിതാവിനെ തിരഞ്ഞു. അവസാനം ഒരു വൃദ്ധ? ക?ബെഞ്ചി? ഇരിക്കുന്നു. പതിയെ ചര? അച്ഛനെ തേടി വൃദ്ധന്റെ അടുത്തേക്ക് നീങ്ങി. അവ? വൃദ്ധനോട് അച്ഛന്റെ പേര് വിളിച്ചു കരഞ്ഞു. "അബിഷക്കേ!" അവ? ആരക്രോശിച്ചു. ചര? തന്റെ അച്ഛനെ അനേവ്ഷിക്കാ? കൂടുത? രശ്മിച്ചതിനാ? രപ്ലിയ അവന്റെ അച്ഛനാകാ? കാത്തിരുന്നു. അതിനാ? അയാ?ക്ക് സമ്മാനം ലഭിക്കണമെന്ന് അവ? ആരഗ്ഹിക്കുന്നു. ഭാഗയ്വശാ? അവ? തന്റെ പിതാവിനെക്കുറിച്ച് അറിഞ്ഞു. അച്ഛര? തല 90 ഡിരഗ്ഗിയിലേക്ക് തിരിച്ചു, അവന്റെ ചുണ്ടുക? സാധാരണ രീതിയി? പുഞ്ചിരിച്ചു, "ചര?.." എന്ന പേര് പറഞ്ഞു, അച്ഛന്റെ വലത് കണ്ണി? നിന്ന് ഒരു ചെറിയ കണ്ണുനീ?

പൊട്ടി. ചര? ആരക്കോശിച്ചു, പൊട്ടിക്കരഞ്ഞു, അച്ഛന്റെ കാ?മുട്ടി? തല കുനിച്ചു. **25** വ?ഷത്തെ അമ്മയുടെ മടിത്തട്ടിനെക്കുറിച്ച് അയാ? ഒരുപാട് കരഞ്ഞു. തന്റെ ദൈനംദിന രപ്ശ്നങ്ങ? പിതാവ് കാരണമാണ് താ? അഭിമുഖീകരിക്കുന്നതെന്ന് അദ്ദേഹം പറഞ്ഞു.

ഈ രംഗത്തിന് ശേഷം ചര? ചോദിക്കുന്നത് എന്തിനാണ് അച്ഛര? ഇരത്യും വ?ഷം ഇവിടെ താമസിച്ചതെന്ന്. അടുത്ത സുഹൃത്തിന്റെ വീടുകളി? അലഞ്ഞുതിരിയുന്നതും വീട്ടി? താമസിക്കാത്തതും എന്തിനാണെന്ന് ചര? ചോദിക്കുന്നു. ചര? അച്ഛരനോട് ഒരുപാട് ചോദയ്ങ്ങ? ചോദിക്കുന്നു, പക്ഷേ അച്ഛര? നിശബ്ദത പാലിക്കുന്നു. അവന്റെ അച്ഛര? പറഞ്ഞു, "അത് കഴിഞ്ഞോ? മറ്റെന്തെങ്കിലും ചോദയ്ങ്ങ?. നിങ്ങ? സംഭാഷണം പൂ?ത്തിയാക്കി. നിങ്ങളുടെ ഉത്തരങ്ങ? ഞാ? പറയാം. ഞാ? കഠിനമായ ജോലിയിലായിരുന്നു, ഇത് ഒരു ജോലിയലല്, പക്ഷേ അത്. സൈനയ്വും രാരഷ്ട്വും രാജയ്സ്നേഹമാണ് എന്നെ തിരഞ്ഞെടുക്കുന്നത്.സൈനിക ബാക്ക്പപ്പി? ഞാ? മികച്ച രീതിയി? രപ്വ?ത്തിച്ചിട്ടുണ്ട്.അതുകൊണ്ട് മറ്റുള്ളവരെ അപേക്ഷിച്ച് എന്റെ സീനിയ? ചീഫിന് എന്നോട് ബഹുമാനം കൂടുതലാണ്.കൊടൈക്കനാലി? വന്നപ്പോ? എന്റെ ഭാരയയുടെ ശബ്ദത്തിലാണ് ഞാ? വീണത്.അതിന് ശേഷം ഞാ? വിചാരിച്ചു. ഞാനൊരു അനാഥനലല്, ഇപ്പോ? എനിക്ക് സവ്ന്തമായി ഒരു കുടുംബം ഉണ്ടാക്കാ? അവസരമുണ്ട്.അതിനാ? പട്ടാളത്തിലെ ജോലി രാജിവച്ച് നിന്റെ അമ്മയുടെ കൂടെ താമസിക്കാ? ഞാ? തീരുമാനിച്ചു.പക്ഷെ രാരഷ്ട്ത്തോടുള്ള ദേശസ്നേഹം രാജയ്ത്തോടുള്ള കടമ ഉപേക്ഷിക്കരുതെന്ന് ഉപദേശിച്ചു. അങ്ങനെ ഞാ? അത് തുട?ന്നു, സീനിയ? ചീഫ് ഡയൂട്ടി വിടാത്തതി? ഉറച്ചുനിന്നു. 'ലോംഗേവാല യുദ്ധം' രാജയ്ത്തിന് അടിയന്തര അതി?ത്തി ആരക്മണം വന്നു. അതിനാ? അതി?ത്തിക്ക് സമീപം ആകെ **120** സൈനിക?, പക്ഷേ പാകിസ്ഥാനി? ഏകദേശം **2000** മുത? **3000** വരെയുണ്ട്. പട്ടാളക്കാ? അതിനാ? ഏറ്റവും മുതി?ന്ന കേണ? മറ്റ് സൈനികരോട് യുദ്ധത്തി? പങ്കെടുക്കാ? ആവശയ്പ്പെട്ടു, അവരി? ഭൂരിഭാഗവും ഞാ? പോലും അത് നിരസിച്ചു, പക്ഷേ മുതി?ന്ന മേധാവി എന്നെ രബെയ്യി? വാഷ ചെയ്തു, അതിനാ?

ഞാ? നിബന്ധനക? അംഗീകരിച്ചു. യുദ്ധത്തിനു ശേഷം നമ്മുടെ രാജ്യം വിജയം നേടി. ഈ സംഭവത്തിനു ശേഷം നിന്നെയും അമ്മയെയും കാണാ? ഞാ? അനുവാദം ചോദിച്ചു. നിങ്ങളുടെ അമ്മയെ ഒരു സ?രപ്രൈസ് വിസിറ്റ് ചെയയ്? ഞാ? വിചാരിച്ചു, പക്ഷേ ഞാ? കൊടൈക്കനാലി? എത്തിയപ്പോ? നീയും അമ്മയും അവിടെ ഉണ്ടായിരുന്നിലല്. എനിക്ക് കഴിയുന്നരത് വിശദാംശങ്ങ? ഞാ? ശേഖരിച്ചു. പക്ഷേ നിന്നെയും അമ്മയെയും കുറിച്ച് ഒരു വിവരവുമിലല്. ലോംഗേവാലയിലെ ഒരയ്യൊരു യുദ്ധം യുദ്ധം പൂ?ത്തിയാക്കിയയിലല്. ഇന്തയ്-പാകിസ്ഥാ? യുദ്ധം തുടരുകയാണ്, ആ യുദ്ധത്തി? ഞാ? രപ്ധാന പങ്കുവഹിച്ചു. എനിക്ക് നിന്നെ എപ്പോ? വേണമെങ്കിലും കാണാ? കഴിയും എന്നാ? എനിക്ക് എപ്പോ? വേണമെങ്കിലും രാരഷ്ട്ത്തെ കാണാ? കഴിയിലല്. അങ്ങനെ ഞാ? യുദ്ധത്തിനെതിരെ പോരാടി, മറ്റൊരു യുദ്ധം, മറ്റൊരു യുദ്ധം, മറ്റൊരു യുദ്ധം, എന്നിങ്ങനെ. ഒരു യുദ്ധത്തി? ഉപയോഗിക്കുന്ന കൂടുത? സ്റ്റാറ്റിക്സിനെ കുറിച്ച് ഞാ? അറിയിച്ചു. പക്ഷെ ഞാ? നിന്നെയും ഞാ? പൊരുതുന്ന ജീവിതത്തെയും കുറിച്ച് ഒന്നും പഠിച്ചിലല്. ഓരോ ദിവസവും രാജയ്ത്തിന്റെ ആരോഗയ്ം വ?ദ്ധിക്കുകയും എന്റെ ഉള്ളി? രാജയ്സ്നേഹം വ?ദ്ധിക്കുകയും ചെയയ്ുന്നു. പക്ഷേ, എന്റെ രപ്ിയപ്പെട്ട ഭാരയയ്ക്കെതിരെ എനിക്ക് എന്റെ സ്നേഹം നഷ്ടപ്പെട്ടു. പഠിക്കുന്തോറും രപ്മോഷനും കിട്ടും. ഒടുവി?, 54-◌◌◌ം വയസ്സി? (കേണ? റാങ്കിലുള്ള ഉദേയ്ാഗസ്ഥ?) ഞാ? വിരമിച്ചു. നിന്റെ മുഖവും അമ്മയുടെ മുഖവും കാണാ? ഞാ? പരമാവധി രശ്മിച്ചു പക്ഷെ എനിക്ക് കഴിഞ്ഞിലല്. അവസാനം, എനിക്ക് നിങ്ങളെ കാണാ? അവസരം ലഭിച്ചു, പക്ഷേ ഏത് മുഖത്തോടെയാണ് എനിക്ക് നിങ്ങളെ കാണാ? കഴിയുക. ഞാ? കാരണം നിനക്ക് നിന്റെ ബാലയ്ം നഷ്ടപ്പെടും. ഞാ? കൊടൈക്കനാലി? എത്തി. നിന്നെയും നിന്റെ അമ്മയെയും ഞാ? കണ്ടു. പക്ഷേ, ഞാ? നിങ്ങളുടെ പിതാവാണെന്നും നിങ്ങ? എന്റെ ഭാരയയ്ാണെന്നും എനിക്ക് നിങ്ങളോട് പറയാ? കഴിയിലല്, കാരണം ഞാ? മരിച്ചുവെന്നോ മറ്റെന്തെങ്കിലും കാരണത്താലോ എന്റെ ഭാരയ് നിങ്ങളോട് പറഞ്ഞിരുന്നു. അപ്പോ? ഞാ? വിചാരിച്ചു ഞാ? ഇലല്ത്തെ നീ നിന്റെ ജീവിതം ആസവ്ദിക്കുമെന്ന്. ഞാ? ഇത് നിന്നോട് പറഞ്ഞാ? എന്ത്

അപകടത്തിലും നിനക്ക് എന്നോട് ദേഷ്യം വരും. അങ്ങനെ മഴയ്ക്കൊപ്പം കണ്ണീ? പൊഴിച്ചുകൊണ്ട് ഞാ? മുന്നോട്ടു നീങ്ങി. ഒപ്പം എന്റെ ആദയ് സുഹൃത്തിന്റെ വീട് സന്ദ?ശിക്കുകയും ഊഷ്മളമായ ആശംസകളോടെ എന്നെ സവ്ാഗതം ചെയയ്ുകയും ചെയ്തു. ഒരു ദിവസം ഇവിടെ തങ്ങാ? അവ? എനിക്ക് കാപ്പി തന്നു, ഞാ? അവനോട് അവന്റെ കുടുംബത്തെ കുറിച്ച് ചോദിച്ചു, മൂന്ന് മാസം മുമ്പ്, ഒരു ചെറിയ വഴക്ക് കാരണം അവ? പോയി എന്ന് അദ്ദേഹം മറുപടി ന?കി. രാരഷ്ട്ത്തെ രക്ഷിക്കാനാണ് ദൈവം എന്നെ അയയ്ക്കുന്നതെന്ന് ഞാ? മനസ്സിലാക്കുന്നു, എന്റെ സുഹൃത്തിന്റെ കുടുംബങ്ങളി? മാറ്ങ്ങ? വരുത്താ? ദൈവം എന്നെ ഇപ്പോ? അയയ്ക്കുന്നു. രപ്ശ്നം വിശകലനം ചെയയ്ാനും മാറ്ങ്ങ? വരുത്താനും, പക്ഷേ എനിക്ക് ഇത് ചെയയ്? കഴിയിലല്, രാജയ്ം സമാധാനത്തിലേക്ക് കൊണ്ടുവരാ? ദൈവം എനിക്ക് അവസരം ന?കി, ഇപ്പോ? എനിക്ക് വിശവ്സിക്കാ? കഴിയുന്ന ഒരാ?ക്ക് ഞാ? അവസരം ന?കണം. എന്റെ ഇഷ്ടം നീ മാരത്മാണ്. 'ഇനി നീ എന്റെ മകനാണെന്ന് എന്റെ മകനോട് തെളിയിക്കണം. രപ്ശ്നം വിശകലനം ചെയയ്ുക, നിങ്ങളുടെ ഹൃദയം പറയുന്നത് ചെയയ്ുക, നിങ്ങളുടെ പരിഹാരം വിശകലനം ചെയയ്ുക. രദ്ുതഗതിയി? ചെയയ്ൂ.' ആദയ്മായാണ് ഞാ? നിങ്ങളോട് 'ക്ഷമിക്കണം' എന്ന് പറയാ? പോകുന്നത്."

ചര? സംസാരിക്കാ? അ?പ്പം പരിരഭ്ാന്തനായിരുന്നു, പക്ഷേ ഭയം നിയരന്ത്ിക്കാ? അവ? പരമാവധി രശ്മിച്ചു. രപ്ീയ ചരണിനെ അങ്ങനെ ചെയയ്? രപോ്ത്സാഹിപ്പിക്കുകയായിരുന്നു. ചര? റേഡിയോ ബൂത്തിലേക്ക് പോയി. അവന്റെ തലയി? ഹെഡ്ഫോ? ഇടുക. മൈക്കുക? ഓണായിരുന്നു, ഒടുവി? അവ? സംസാരിക്കുന്നു. അവ? പറഞ്ഞു, "ഞാ? ചര?, ഇന്ന് ഞാ? സംസാരിക്കുന്നത് നിങ്ങ? അഭിമുഖീകരിക്കുന്ന ദൈനംദിന രപ്ശ്നങ്ങളെക്കുറിച്ചാണ്. എലല്ാവ?ക്കും എന്തിനെയോ, എവിടെയോ, ചില വയ്ക്തികളെ, ചില ജോലികളോട്, ചിലതരം കാരയ്ങ്ങളെക്കുറിച്ചോ ഭയമുണ്ട്. നിങ്ങ? മറ്റുള്ളവരി? നിന്ന് വയ്തയ്സ്തനാണ്. നിങ്ങ? എന്തിന്റെയെങ്കിലും വിലയെപ്പറ്റി ചോദിക്കുക.പക്ഷെ ഒന്നിന്റെയും

മൂലയ്ത്തെക്കുറിച്ചലല്, നിങ്ങ?ക്ക് ഒരു കേല്ാക്ക് വാങ്ങാം, പക്ഷേ സമയമലല്, വീടുപോലെ സുഖകരമലല്ാത്ത ഒരു വീട് നിങ്ങ?ക്ക് വാങ്ങാം, നിങ്ങ?ക്ക് ഭക്ഷണത്തിന്റെ ഒരു ഭാഗം വാങ്ങാം, പക്ഷേ രുചിയലല് ശരിയാണ്, നിങ്ങ?ക്ക് ഒരു പുസ്തകം വാങ്ങാം, പക്ഷേ കഥയലല്. വിലയി? നിന്ന് വയ്തയ്സ്തമാണ് വില. എന്നാ? എന്തായാലും നിങ്ങ?ക്ക് ആളെ വാങ്ങാ? പോലും കഴിയിലല്. രാവിലെ മുത? രാത്തി വരെ നിങ്ങ? വയ്തയ്സ്തമായ രപ്ശ്നങ്ങ? നേരിടുന്നു, മാരത്മലല് ആ രപ്ശ്നങ്ങ? രശ്ദ്ധിക്കുന്ന രപ്ീയപ്പെട്ട ആളുകളോട് കാണിക്കുകയും ചെയയ്ുന്നു നിനക്ക് വേണ്ടി, അത് നിന്റെ അമ്മയോ, അച്ഛനോ, ഭാരയ്യോ, സുഹൃത്തോ, വള?ത്തുമൃഗമോ, ആരെങ്കിലുമോ ആകാം.. എന്നാ? അവരുടെ സ്ഥാനത്തെക്കുറിച്ച് ചിന്തിച്ചാ? നിങ്ങ? എന്ത് ചെയയ്ും. ഒരു വലിയ ചോദയ്ചിഹ്നം. ശരി, നമുക്ക് ഒരു കാരയം ചെയയ്ാം. ചെറിയ കാരയ്ങ്ങ? ഒരു കാരണത്താ? സംഭവിക്കുന്നു, രപ്തിഭാസങ്ങളുടെ ഉദ്ദേശയ്ം മനസ്സിലാക്കുകയും അതിനനുസരിച്ച് രപ്വ?ത്തിക്കുകയും പോരാടുകയും ചെയയ്ുന്നവ? മുന്നോട്ട് നീങ്ങുന്നു. സാഹചരയ്ങ്ങളെ കുറ്റപ്പെടുത്താ? എളുപ്പമാണ്. എന്നാ? കുറ്റം ഏറ്റുവാങ്ങാ? രപ്യാസമാണ്. നിങ്ങ? ഒരു വയ്ക്തിയെ, ഒരു വസ്തുവിനെ, മൃഗത്തെ, സമയം, വരസ്ത്ം, വീട്, ഭക്ഷണം മുതലായവയെ കുറ്റപ്പെടുത്തുന്നു. എന്നാ? നിങ്ങളുടെ തെറ്റുക? നിങ്ങ? അംഗീകരിച്ചിലല്. ഇത് കഠിനമാണെങ്കിലും, അത് നിയരന്ത്ിക്കാ? നിങ്ങ?ക്ക് പരമാവധി രശ്മിക്കാം. നിങ്ങളുടെ അമ്മ എവിടെയാണ് നിങ്ങ?ക്കായി കാത്തിരിക്കുന്നതെന്ന് ചിന്തിക്കുക. നിങ്ങളുടെ പിതാവ് നിങ്ങളെ എവിടെ കാത്തിരിക്കുന്നുവെന്ന് ചിന്തിക്കുക. നിങ്ങളുടെ ഭാരയ് എവിടെയാണ് നിങ്ങ?ക്കായി കാത്തിരിക്കുന്നതെന്ന് ചിന്തിക്കുക. നിങ്ങളുടെ സഹോദരങ്ങ? നിങ്ങ?ക്കായി കാത്തിരിക്കുന്ന സ്ഥലങ്ങളെക്കുറിച്ച് ചിന്തിക്കുക. നിങ്ങളുടെ വള?ത്തുമൃഗങ്ങ? എവിടെയാണ് നിങ്ങ?ക്കായി കാത്തിരിക്കുന്നതെന്ന് ചിന്തിക്കുക. എലല്ം നിങ്ങ?ക്കായി ഉണ്ട്, പക്ഷേ നിങ്ങ? അത് ശരിയായി ഉപയോഗിക്കുന്നിലല്. നിങ്ങ? സുരക്ഷിതമായി വരുമോ എന്ന് നിങ്ങളുടെ അമ്മ കാത്തിരിക്കുന്നിലല്. നിങ്ങളുടെ

അച്ഛ? നിങ്ങളുടെ ശമ്പളത്തിനായി കാത്തിരിക്കുന്നിലല്. നിങ്ങളുടെ സമ്മാനങ്ങ?ക്കായി നിങ്ങളുടെ സഹോദരങ്ങ? കാത്തിരിക്കുന്നിലല്. നിങ്ങ? ഉച്ചഭക്ഷണം നന്നായി കഴിച്ചാലും ഇലെല്ങ്കിലും നിങ്ങളുടെ ഭാര്യ കാത്തിരിക്കുന്നിലല്. നിങ്ങളുടെ വള?ത്തുമൃഗങ്ങ? നിങ്ങളോടൊപ്പം കളിക്കാ? കാത്തിരിക്കുന്നിലല്. നിങ്ങളുടെ സ്നേഹത്തിനും പിന്തുണക്കും വേണ്ടി എലല്ാവരും കാത്തിരിക്കുന്നു. ഈ ഉദാഹരണങ്ങ? സ്നേഹത്തിന്റെ ഒരു ഭാഗം മാരത്മാണ്. അത് രപ്ണയമലല്. അവ? നിങ്ങളുടെ സ്നേഹം രപ്തീക്ഷിക്കുന്നു. എന്നാ? ചില? എന്താണ് ചെയയ്ുന്നത്. അവ?ക്ക് അവരുടെ ദൈനംദിന ദിനചരയ്കളി? സമ്മ?ദ്ദം, പിരിമുറുക്കം, വിഷാദം എന്നിവയുണ്ട്, ഒപ്പം രപ്ിയപ്പെട്ടവരോട് അവരുടെ കയ്പേറിയതും ദേഷയ്വും രപ്കടിപ്പിക്കുകയും ചെയയ്ുന്നു. ഇത് ബന്ധങ്ങളുടെ ശിഥിലമായ രാരഷ്ട്ത്തിലേക്ക് നയിക്കുന്നു. രപ്ിയപ്പെട്ട ആളുക? നിങ്ങ?ക്കായി മണിക്കൂറുകളേളാം കാത്തിരിക്കുന്നു. നിങ്ങ? അവരുടെ ഗൃഹാതുരതവ്ം മനസ്സിലാക്കുകയും നിങ്ങളുടെ ഉപബോധമനസ്സ് കരുതുന്നതെന്തും സംസാരിക്കുകയും ചെയ്തിലെല്ങ്കി? അത് അവരെ വൈകാരികമായി വേദനിപ്പിക്കും. നിങ്ങളുടെ രപ്ിയപ്പെട്ട ജീവികളോട് നിങ്ങളുടെ ദേഷയ്ം കാണിക്കരുത്. രാരത്ി ആകാശത്ത് നക്ഷരത്ങ്ങ? കൂടുതലാണ്, പക്ഷേ എലല്ാവരും ചരന്ദ്നെക്കുറിച്ചാണ് സംസാരിക്കുന്നത്. നന്ദി."

5 കോടി ആളുക? അത് കേ?ക്കുന്നുണ്ടായിരുന്നു. കേട്ടവരലെല്ാം ആ നിമിഷം കരഞ്ഞു. ചില കടക?ക്ക് പോലും അവധി ന?കി, എലല്ാവരും അവരവരുടെ വീട്ടിലേക്ക് നോക്കി, എലല്ാവരും അവരുടെ രപ്ശ്നങ്ങ? പങ്കുവെച്ചു. അബിഷക്കിന്റെ 10 സുഹൃത്തുക്ക? പോലും നഷ്ടപ്പെട്ട ബന്ധങ്ങ? നേടിയെടുക്കുന്നു, എലല്ാവരും സന്തോഷിച്ചു. ഈ സംഭവം അഭിഷേക് രപ്തീക്ഷിച്ചിരുന്നു. രപ്ിയയുടെ അച്ഛനെ വിട്ടയച്ച ശേഷം അവ? പരസ്പരം കെട്ടിപ്പിടിച്ചു. ഒപ്പം 10 സുഹൃത്തുക്ക? വികാരഭരിതമായ ഒരു രപ്സംഗത്തിന് ചരണിന് നന്ദി പറയുന്നു. കീ?ത്തി ചരണിനെ കെട്ടിപ്പിടിച്ചു. തന്റെ മകനായതി?

അഭിമാനിക്കുന്ന അച്ഛര? ചരണിനോട് ചേറഞ്ഞു "ഞാ? അവളെ വിവാഹം കഴിച്ചു തരാം, വിഷമിക്കേണ്ട." അബിഷക്കെ ഒരു മൂലയി? കരഞ്ഞുകൊണ്ട് ചരണിനോട് തന്റെ രപ്ീയപ്പെട്ട ഭാരയ്യെ കാണാ? ആവശയ്പ്പെട്ടു. എലല്ാവരോടും യാരത് പറഞ്ഞ് ചര? അച്ഛരനൊപ്പം യാരത് ചെയയ്ുന്നു.

കൊടൈക്കനാലി? എത്തി. ദിവയ്നഗരത്തിന്റെ നഗരസവ?ഗത്തി? എലല്ാവരും സന്തോഷിച്ചു. എലല്ാവരും ചരണിനെയും അച്ഛരനെയും സവ്ാഗതം ചെയ്തു. **20** വ?ഷത്തിലേറെയായി നടക്കുന്ന ഓരോ നിമിഷവും അച്ഛര? നോക്കിനിന്നു. അവ? തന്റെ രപ്ീയപ്പെട്ട ഭാരയ്യെക്കുറിച്ചുള്ള ഓ?മ്മക? ഓ?മ്മിക്കുന്നു. ചിക്കു ചരണിന്റെ അടുത്ത് വന്ന് പരസ്പരം കെട്ടിപ്പിടിച്ചു. ഗഫൂ? അവന്റെ അടുത്ത് വന്ന് പരസ്പരം കെട്ടിപ്പിടിച്ചു. ഒടുവി?, ദൈവിക നഗരത്തിലെ ആളുകളോട് ഗഫൂ? സത്യം പറയുന്നു. അവ? പറഞ്ഞു "ഞാ? ജാന എന്ന രക്ിസ്തയ്? രസ്തീയെ വിവാഹം കഴിച്ചു. അവ? എന്റെ കൂടെ മെക്കാനിക്ക് പഠിച്ചു. എന്നെ വിവാഹം കഴിച്ചു. എനിക്ക് കിട്ടുന്ന ശമ്പളം കുറവായതിനാ? അവളെ പരിപാലിക്കാ? കഴിയുന്നില്ല. അതിനായി അവ? എന്നെ തനിച്ചാക്കി. ഒരു നല്ല് ദിവസം അവരുടെ കുടുംബം അവളെ കൂട്ടിക്കൊണ്ടുപോയി വേറെ ആളെ കലയ്ാണം കഴിച്ചു ആ സമയത്തും അവ? പോയില്ല് കാരണം എനിക്ക് എന്റെ മകളോട് പത്തിരട്ടി സ്നേഹവും പിന്തുണയും ഉള്ളതിനാ? എന്നെയും എന്റെ മകളെയും രക്ഷിക്കാ? ഞാ? അള്ളാഹുവിനോട് രപ്ാ?ത്ഥിക്കുന്നു.ആ നിമിഷം ആഷ്‌ഖ് ഗഫൂറിനെ കെട്ടിപ്പിടിച്ചു ക്ഷമ ചോദിച്ചു. എലല്ാവരും വളരെ സന്തുഷ്ടരായിരുന്നു, പുഞ്ചിരിക്കുന്ന അടയാളങ്ങളും ചിരിക്കുന്ന നിമിഷങ്ങളും മാരത്ം നടന്നു.

അവസാനം അഭിഷേക് ഭാരയ്യെ കാണാ? പോവുകയായിരുന്നു. അയാ?ക്ക് ചെറിയ കയ്പുണ്ടായിരുന്നു, പക്ഷേ ഇപ്പോ? യുദ്ധങ്ങളേക്കാ? കൂടുത? ധൈരയ്മുണ്ട്. അവ? വീടിനുള്ളി? രപ്വേശിച്ചപ്പോ?, ചെറിയ മെലഡിക് പിയാനോ സംഗീതം ഉയരുന്നു. നേരത്തെ രംഗത്തി? അബിഷക്കേ പഠിപ്പിച്ച ഹാഫ് പിയാനോ ഗാനമാണ് പലല്വി പാടിയത്. ഒടുവി? ഇരുവരും ചേ?ന്ന് പാടിയ പാട്ട് ദൃശയ്ത്തിലെ എലല്ാവരും പൊട്ടിക്കരയുകയായിരുന്നു.

ഒരു വ?ഷത്തിന് ശേഷം ചരണും കീ?ത്തിയും വിവാഹിതരായി. ഒപ്പം ഒരു ആ?കുഞ്ഞ് പിറന്നു. ചരണിന്റെ ഓ?മ്മക? മറക്കുന്ന ഒരു തെറ്റാണ് കീ?ത്തി ചെയ്തത്. അങ്ങനെ അവ? 4 വ?ഷത്തേക്ക് ലണ്ടനി? **FRCS** ബിരുദത്തിന് അപേക്ഷിക്കുന്നു. അങ്ങനെ അവ? ഭ?ത്താവിനെയും കുഞ്ഞിനെയും കൊടൈക്കനാലി? ഉപേക്ഷിച്ചു.

4 വ?ഷത്തിനുശേഷം, 1996 ജൂലൈ 23 ന്, അവ? ബിരുദം കഴിഞ്ഞ് കൊടൈക്കനാലിലേക്ക് മടങ്ങുകയായിരുന്നു. ചര? കൊടൈക്കനാ? റെയി?വേ സ്റ്റേഷനി? കാത്തുനി?ക്കുകയായിരുന്നു, അവിടെ ആരും ഉണ്ടായിരുന്നിലല്. ചെറിയ വെളുത്ത മുടിയും ഔപചാരിക വേഷവും റീഡിംഗ് ഗ്ലാസും ഉള്ള ഒരു കലല് ബെഞ്ചി? ചര? തനിച്ചായിരുന്നു. മെലെല് ഒരു ചെറിയ കൈ ഉയ?ത്തി ചരന്റെ അവരുടെ തുടകളി? പിടിച്ചു. അതാണ് ചരണിന്റെ മക? സഞ്ജയ്. സഞ്ജയ അമ്മയെ ആകാംക്ഷയോടെ കാത്തിരിക്കുകയാണ്. സഞ്ജയ് ചോദിച്ചു "അമ്മ എപ്പോ വരും". "കുറച്ച് മിനിറ്റ് കാത്തിരിക്കൂ, അവ? വരുന്നു" എന്ന് ചര? മറുപടി ന?കി. പതുക്കെ രട്യി? എത്തി. റെയി?വേ സ്റ്റേഷനി? കയറാ? മുതി?ന്ന കീ?ത്തി സഞ്ജയയുടെ വള?ച്ചയി? അത്ഭുതപ്പെട്ടു. അവ? ഒന്നും മിണ്ടിയിലല്, പരസ്പരം ആലിംഗനം ചെയ്തു, ഒടുവി? സഞ്ജയ് പറഞ്ഞു: "ഞാ? നിനക്കായി അമ്മേ, നിന്നെ സ്നേഹിക്കുന്നു." എലല്ാം കഴിഞ്ഞു.

നന്ദി.

<u>ധാ?മ്മികത:</u> ബന്ധങ്ങ? ഒരു ബോണ്ടിംഗ് ആണെന്ന് നിങ്ങ? തിരിച്ചറിയുന്നത് വര വിരസമായിരിക്കും.

അവസാനം

# IV

# వాచి ఉండే పోర్‌మ

తెలుగు

ఒకప్పుడు కొడ్మెకానల్‌లోల చరణ్ అనే పిలల వాడు ఉండేవాడు. అతనికి పలల వి అనే తలిలి ఉంది. పలల వి సంగీత విదావాంసురాలు మరియు అదుభతమైన గాయని. అతను తన చినన నాటి రోజులను ఆసవాదిసుతననాడు. అతను ఎపప్డూ తన తండ్రి గురించి అడుగుతాడు ఎందుకంటే అతను పుటుట నపప్డు, అతని తలిలి మాతర్మే అతనిని చూసుకుంటుంది. మరియు ఇపప్టివరకు, అతను తన తండ్రి ని చూడలేదు. కానీ అతని తలిలి తన తండ్రి గురించి చెపప్ లేదు.

మరియు పాఠశాలలలో, పర్తి పిలల వాడు తమ బిడడ ను డాร్‌వ్ చేయడానికి & పికప్ చేయడానికి వారి తండ్రి ని కలిగి ఉంటారు, అది అతనికి సవాధీనమైనదిగా ఉంటుంది. కాబటుట పర్తి పిలల వాడు తన తండ్రి తో విసాత్డు, కానీ అతను మాతర్మే తన తలిలి తో విసాత్డు. కాబటుట ఆ రోజు నుండి, అతను తన తండ్రి ని ఆసహీయ్ంచుకుననాడు. అతనికి చిదంబరం అనే సతయ్ వంతుడు సినేహితుడు. చిదంబరానాన్ "చకు" అని కూడా అంటారు.

పర్తి విసేవి సిలమలకు కోర్త్ అనే అమమ్ మమ్ ఇంటికి ఒక అమమ్ యి విసుత్ంది. అమమ్ మమ్ పేరు సవాపర్నిక.

అకసామ్ తుత్గా ఒక అదుభతం జరగింది, కొడ్మెకానల్ వళెథఖళ సగం పర్యాణంలో టైర్ పంకచర్ కావడంతో బసున ఆగిపోయింది, ఆ పర్దేశంలో చరణ్ ఉననాడు. టైర్ పంకచర్ కావడం చూసి, ఆ ఊరిలోని మెకానిక్ న టైర్‌లో గాలి నింపమని

అభయ్ రథ్ oంచి బసస్ కు సహాయం చేశాడు. ఆ హోల్ స్టేషన్ లోను, గఫూర్ మాతరమే పర తిభావంతులనైన మొకానొక్, మరియు అతను పేదరికంలో ఉనానడు మరియు అతనికి ఆష్కిర అనే ఆడపిలల ఉంది. ఆష్కిర తన తలిల గురించి చెపెప నందుకు తన తండిరప్పై కోపం పెంచుకునానడు. మరియు పర తో ఒకకరూ చరణికి ఇది గొపప బాధయితగా ధనయవాదాలు తెలిపారు. ఆ బసస్ లోనే కోరిత్ కూడా ఉండిపోయింది. మరియు ఆమె అతనికి కృతజఞతలు తెలిపింది మరియు చరణ మరియు కోరిత్ మంచి సేనహితులు అయాయిరు.

మరియు పర తో సంవతసరం, కోరిత్ అతనిని కలవడానికి అతని వదదకు వసుతోంది. అయితే అకసామ్ తుత్ గా 9వ తరగతి నంచి కాలేజీకి సెలమలో రాలేదు. రోజులు మెలల గా గడిచే కొదొద్ అతని గుండెలోలో ఆమె జాఞపకాలు మసకబారుతునానయి. మరియు అతను తన పాఠశాల మరియు కళాశాల మారితో చేసాడు. అతను మరియు అతని సేనహితుడు చొకు వారి అనేవ్షణను ఆనందిసుత్ నానరు & ఎపపటికీ సరదాగా ఉనానరు.

అకసామ్ తుత్ గా అదో అదుభ్ తం జరుగుతుంది, కొడ్నైకానాలికి వాళథేళ్ సగం పర యాణంలో టనైర్ పంకచర్ కావడంతో బసస్ ఆగిపోయింది, ఆ పర దేశంలో చరణ మరియు చొకు ఉనానరు. అదో బసస్ డార్‌వర్ మొకానికికిన పొలవమని అభయ్ రథ్ oంచాడు, కానో అతను నోరొకరిoంచాడు. గఫూర్ ఎక బాగోలేదు కాబటొట్ తనంతట తానుగాగాలి నొంపి బసస్ కు సహాయం చేశాడు. అదో పరిసిథితో ఏరపడింది, దోనిని గొపప బాధయితగా తోసుకునన ందుకు అందరూ చరణిక కృతజఞితలు తెలిపారు. అతను కూడా బసస్ లోకి పర వేశిoంచాడు.

అకసామ్ తుత్ గా, అతను కోరిత్ నో చూశాడు, కానో అతను ఆమె ముఖానాన్ గురితోంచలేదు మరియు ఆమె తన ముఖానాన్ గురితోంచలేదు. కానో మొదటి చూపులోనే ఆమెను పర మిoంచాడు. కోరిత్ వాళథళ్ అమమ మమ్ వాళథళ్ ఇంటి దగగర ఉనన స్టాటప్ లో కోరిత్ తన లగేజ్ తోసుకుని ఆనందంతో అమమ్ మమ్ ఇంటికి వాళుతోంది. అయితే చరణిక ఒక సందేహం, ఆమె కోరిత్ ఇంటికి ఎందుకు వాళుతోంది? దానిన్ కాల్ యర్ చేయడానికి, అతను కూడా ఆమెను అనుసరిoంచి, ఆమెతో మాటలాడలేడు. అమమ్ మమ్ ఇంటికి చేరుకునన తరావత మనవరాలు కోరిత్ తన ఇంటికి వచచందనో అమమ్ మమ్ పేరమతో ఏడిచింది. అపపడు చరణ మాతరమే అది కోరిత్ అనో మరియు కోరిత్ అది చరణ అనో అంగీకరిసుతోంది.

వారిదద్దరూ పోర్ట్‌మలో అద్భుతంగా ఉన్నారు మరియు వారు ఎనిమిదిరోజుల కొరితం కలుసుకున్నారు.

ఆ తరవాత కొరిత్‌తో చరణ్ పోర్ట్‌మలో పడ్డాడు. చరణ్ వెంబడించి కొరిత్‌ని వెంబడించాడు. మరియు ఒక భక్తిత కొరయ్‌కర్‌మంలో, కొరిత్ బరతనాట్యియమ్‌ను అందంగా డాయ్‌నసర్ చేస్తోంది, ఇది చరణ్‌ను ఫోకల్ డిస్‌ట్యాన్సర్ నుండి చూసి, అతను కొరిత్‌తో కలిసి డాయ్‌నసర్ చేసుతన్నటుల ఊహించాడు. చివరకు, అతను కొరిత్‌కి పర్‌పోజ్ చేయగా, ఆమె ఆ పర్‌తపదనను అంగీకరించింది.

అప్పుడు వారు పర్‌తో నిమిషం తమ జీవితాన్ని ఆనందించారు. ఒక మంచి రోజు, వారు కలుసుకున్నారు మరియు మాట్లాడారు. అయితే పర్‌తో సమ్మర్ అక్షన్‌సోర్స్‌ల కొరిత్ ఇకక్కడికి ఎందుకు వస్తోందని చరణ్ అనుమానం వయ్‌కతం చేసుతన్నాడు. కాబట్టట్ అతను ఆమెకు కాల్ రొట్ ఇవ్వాలనుకుంటున్నాడు. ఈ పార్‌తానొకి మించిన మాయ్‌జికి ఉందని మరియు పర్‌తో సంవతస్‌రం ఆమె గరిష్ట మాతత్‌లో మాయ్‌జిక్‌ను కనుగొనడానొకి ఈ పార్‌తానొకి వసుత్‌ందని, అయితే పర్‌తో సంవతస్‌రం ఆమె ఈ మాయాజాలం కోసం తన సమయాన్ని వృధా చేసుకుంటుందని ఆమె చెప్పింది. ఇప్పటి వరకు ఆమెకు మాయ్‌జికి దొరకలేదు. కాబట్టట్ ఈ పార్‌తానొకి మించిన మాయ్‌జిక్‌ను కనుగొనడంలో సహాయం చేయమని ఆమె అభయ్‌రోథ్‌ంచింది. ఆ రౌండ్‌లో నుంచి చరణ్ ఆమెకు టూరిసిటర్ గ్నాడ్‌గా వయ్‌వహరిస్తడు. అతను మరియు ఆమె లోకల్ బోటింగ్, స్నాకొల్‌ంగ్, బొర్డ్ ఆమల్‌టి తినడం, దేవాలయాలు, చరచ్‌లు, మసీదులు, బోటానొకల్ గారిడన్‌ల, హోమ్‌మేడ్ చాకాల్‌టి‌ల, కాయ్‌ంప్‌ఫైరుల, లాంగ్ డార్‌వ్-ఇన్ బ్నాక్‌ల మొదలైన మరినొన్ పర్‌దేశాలను సందరిశించారు. కానో ఏదో పని చేయలేదు.

ఆ రాత్రి అతను నిదర్‌పోలేదు మరియు మాయాజాలం గురించి ఆలోచించాడు. మసత్‌కాలు, వారత్‌పత్రిక్‌లు, కథనాలు, టీవీ ఛానాల్‌ల మొదలైన వాటిని పర్‌సత్‌వించారు. కానో అదో పని చేయలేదు. ఆమె కూడా అదే పని చేసింది మరియు చాలా రిఫర్ చేసింది, కానో అదో కూడా పని చేయలేదు. కాబట్టట్ అతను తన తల్లిల్, స్నేన్‌హితులు మరియు పర్‌జలను సూచించాడు. అదే పనిని కొరిత్ కూడా తన బామ్మ్, బంధులు, స్నేన్‌హితులు, కుటుంబం మొదలైనవాటిని అడిగింది. కానో పర్‌జల ఆలోచనలు వారికి పని

చోయలేదు. కాబటిట్ అదో వఫలమ్మైందో.

నిశశ్బదర్మ్మైన రాతిరో, చరణ్ నిదరప్ోతునాన్డు. ఉరుము యొక్కక్ కాంతో అతనో కంటినో మేల్ాక్లోపింది, మరొయు ఉరుము యొక్కక్ శబదర్ం అతనో భయానానొన్ మరొయు మొదడును మేల్ాక్లోపింది. అకసమ్తుత్గ్ా అతను నిదరల్ోచో, తొలలో వారుజామున 3:43 గంటలకు ఒక ఆలోచన ఆలోచించాడు. అతను కథనాలలో ఒక ఆలోచన కోసం శోధించాడు మరొయు పరణాళికను ప్ొందాడు.

మరుసటొ రోజు, అతను ఒక సథ్లం చూపించడానొకో రమమ్నో కోరొత్కో ఫోన్ చేశాడు. కోరొత్ దుసుతల్ు ధరొంచో కారొడార్ల్ో సొదధ్ంగా ఉందో మరొయు అతనో కోసం వచ్చో ఉందో. చివరగా, అతను వచ్చ, ఒక గుడడత్తో ఆమె కళుళ్ మూసుకునో ఆమెను ఎతుత్కునాన్డు. మరొయు సుదోరఘ్ పరొయాణం చేసో చివరకు, గమయొ్ం చేరుకుందో. చరణ్ మెలలలగ్ా కళుళ్ తోరొచో పెలలర్ల్ రాకసస్ నుండొ కోడ్న్ైకానాల్ దృశయ్ానొన్ చూపించాడు. ఊపొరొతొతుత్ల దావ్రా వీలొచ్చన గాలొ తన పాదాలను నోలను తోకొనమపప్డు తాజాదనానొన్ అనుభవొసుతన్నప్పప్డు కోరొత్కొ మాటలు లోకుండా పోయాయొ, ఆ దృశయ్ానొన్ చూసొన ఆమె కళుళ్ తన కనొన్ళల్ ను సంకోచించాయొ. చరణొన్ కాగొలించుకునో ఏడొచ్చందో. అపప్డు అతను తన వొవాహ పరత్ొపాదనను పరత్ొపాదొంచాడు మరొయు ఆమె కూడా అంగోకరొంచొందో. ఈ పరద్ోశం గురొంచో తనకెలా తెలుసు అనొ కోరొత్ అడొగొందో. అతను తన తలలొల్ మరొయు తాను చొనన్ తనంలో ఈ పరద్ోశానొకొ వచ్చచ్మనొ బదులొచ్చచ్ రు.

2 సంవతసర్ాల కొరత్ం, చొకు ధనసుక్ అనో అమమ్యొనొ పరేమొంచాడు. అయొతే ఆమె చొకు కంటో సోనొయర్. ఆమె డొగోర్ మూరొత్ చేసొందో కానో అతను చొవరొ సంవతసర్ం చదొవాడు. కానో ఆమె తలలొల్ దండురల్ు బలవంతంగా పొళలొల్ చేసుకునానన్రు. అయొతే కాబోయే భరత్ పరత్ొపాదనను ఆమె తొరసక్ రొంచొందో. అతనొ బకాయొల కారణంగా ఆమె చొకు డొగోర్ వరకు వచ్చో ఉండదు. దాంతో ఆమె చొకుతో వడొపోయొ తన కాబోయే భరత్ను పొళలొల్ చేసుకుందో. చొకు ఒక జాలొ టొప్ైప్, అతను ఎపప్డూ ఎవరొనన్ైనా సరదాగా నవొవ్సుతత్ ఉంటాడు. అందుకే తన సోన్హొతులు కూడా దోనొన్ సరదాగాతోసుకుంటాడు.

ఒక మంచి సాయంతరం, చోకు, చరణ్ మరియు కోరిత్ హోటల్లో ఉనాన్రు. ఆదే సమయంలో చోకు పోరియురాలు తన భరత్, పాపతో కలిసి హోటల్ ఎక వచ్చింది. చోకు తన బిడడ్ ను చూసి షకాక్ అయియ సొగుగ పడింది. వారు తమను తాము పరిచయం చేసుకునన ప్పడు. ఈ సననివేశంలో అంతా కుపప కూలారు. పొలల్ వాడు చోకును తోసాడు, మరియు అతను టేబుల్ మీద పడాడ్డు, అతన దగగర వాయిటర్ వోడి నోటొ జిగ్నిన నాటాటాడ్డు, జిగ్ లామగా ఉనన ఒక మహిళప్పై పడి, జిగ్న అతనప్పైక వొసిరాడు, కానో ఆమె తమప్గా గురిపెటటి మరొక వాయి పొరాని కొటటాడ్డు మరియు అతను వాటిని మరొకరికి వొసిరాడు. కసటమర్ మరియు మరొక వయ్కొతని కొటటి ముందుకు సగగాడు. చివరకు, యజమాని ఆ చరయ్ను నొలిపివేశాడు, కానో ఆ జిగ్ మహిళ యజమానిని కొటటి, ఈ పోరడొ పోరాటానిన ముగించింది. అందరూ కొష్ట్ మంగా తమ ఇంటికి చేరుకునాన్రు.

మరుసటి రోజు, కోరిత్ బాధపడింది, ఎందుకంటే ఆమె తలిల్ దండుర్ లు కూడా కాబోయే భరత్ కోసం వెతుకుతునాన్రు, కాబటటి ఆమె చరణ్ిన కలవడానికి పిలిచింది. ఆమె ఈ వారత్ చెప్పినప్పడు, అతను కలత చెందాడు. అప్పడు ఆమె దీనినే పరిష్క్ రించడానికి ఒక పరిష్కారం ఉందని చెప్పింది. దీనికి పరిష్కారం ఏమిటంటే, చరణ్ తన తండిరొత్ తో ఆమెను పెళిల్ చేసుకోవాలని అనుకుంటునాన్డట. కానో అతనికి అమమ్ అంటే భయం. కాబటటి అతను దానిని ఖండించాడు. ఆమె మరినొనొ సారుల్ అభయ్ర్థ్ించింది కానో అతను దానిని తొరసక్ రించాడు. దాంతో ఆమె చరణ్తో విడిపోయింది. చరణ్ డిపర్ షన్ లో ఉనాన్డు. గఫూర్ అతనికి సలహా ఇచ్చి నా ఫలితం లేకపోయింది. చోకు అతనికి సలహా ఇచాచ్డు, "నేను చాలా సంతోషంగా ఉనాన్ నని మీరు అనుకుంటునాన్రు, కానో అసలు నిజం ఏమిటంటే నేను నా హృదయంలో ఏడుసుత్ నాన్ను, పర్ తో నొమిషం నేను తనిష్క్ గురించి ఆలోచిసుత్ నాన్ను. నేను ఆమెను హోటల్లో కలుసుకునన ప్పడు, నేను తనిష్క్ తో ఇబబ్ందో పడాడ్ను. మరియు ఇప్పటికో, ఇప్పడు నేను ఆమెను పోర్ మిసుత్ నాన్ను మరియు ఆమె ఇప్పటి వరకు ననున్ పోర్ మిస్తొ ్ందో ఎందుకంటే నేను ఆమె కళల్ను చూసినప్పడు అదే పోర్ మ ఇప్పటికో ఉందో. నేను పోర్ మించే అవకాశాని న కోల్పొత్తను. కానో మీరు అనుకుంటే మీరు మారుప్ లుచేయవచ్చ్."

ఈ మాటలు వినగానే అతను తన ఇంటికి వెళ్లి తన తల్లితో "అతనికి ఎందుకు స్వేచ్ఛ ఇవ్వడం లేదు" అని అరిచాడు. అతను తన తండ్రి గురించి చెడుగా మాట్లాడేవరకు అతని తల్లి ప్రశాంతంగా మరియు నిశ్శబ్దంగా ఉంది. అప్పుడు అతని తల్లి తన తండ్రి గురించి చెబుతుంది.

**25** సంవత్సరాల క్రితం, చరణ్ తల్లి సరసుస్ దగ్గర స్కూటర్ రెంట్ మ్యాన్ జిషియన్ మరియు టూరిస్ట్ గైడ్. ఒక మంచి రోజు, పల్లవి ఒక అందమైన పాట పాడింది. ఆమె సమీపంలో, భారత సైనిక సైనికులు బాయ్ చ్ టూర్ప్ ఎన కలిగి ఉన్నారు. ఆ గుంపులో అభిషేక్ అనే మిలటరీ జనరల్ పాట విని తన భావోద్వేగాలను కరిగించి కన్నీళ్లు పెట్టుకున్నాడు. పాట పూర్తయ్యాక అందరూ ఆమెను మెచ్చుకుని తమ పని తాము చేసుకుపోయారు. తరువాత తమను తాము పరిచయం చేసుకున్నారు. మరియు అతని జీవితం గురించి మాట్లాడుతుంది మరియు అతను కూడా సంగీతకారుడు, కానీ అతని పేదరికం కారణంగా, అతను తన సంగీత వృత్తిని త్యాగం చేశాడు మరియు ఆహారం, వుదయ్ మరియు దుస్తులు ఉచితం కాబట్టి సైనిక పాఠశాలలకు దారితీశాడు. అందుకే అక్కడ చేరాడు. అప్పుడు అతను తనకు కొద్దికాలంనాల్ టూర్ గైడ్ ఎన ఇవ్వాలని అభయ్ రొఘ్ ంచాడు. డబుబ్ కోసం, ఆమె అంగీకరించింది.

మరుసటి రోజు, అతను మరియు ఆమె లోక్ బోటింగ్, స్నేకొ్లంగ్, బోర్డ్ ఆమ్లేట్ తినడం, దేవాలయాలు, చరిచ్లు, మసోదులు, బొటానికల్ గారడెన్స్ల, హోమ్ మేడ్ చాకొలేట్స్ల, కాయ్ ప్ ష్యరుల్ మొదలైన మరిన్ని పర్ దేశాలను సందర్శించారు.

మరుసటి రోజు, అతను వచ్చి, ఒక గుడ్డతో ఆమె కళ్ళు మూసుకుని ఆమెను ఎత్తుకున్నాడు. మరియు సుదీర్ఘ పర్యాణం చేసి చివరకు, గమ్యం చేరుకుంది. మెల్లగా కళ్ళు తెరిచి పొలర్ రొఘ్ నుండి కొద్దికానాల్ దృశాయ్ నన చూపించింది అభిషేక్. ఊపిరితిత్తుల ద్వారా పీల్చిన గాలి తన పాదాలను నేలను తాకినప్పుడు తాజాదనాన్న అనుభవిసుత్ న్నప్పుడు పల్లవి నోరు మూదపలేదు. చరణొన కౌగలించుకుని ఏడిచ్ ంది. అప్పుడు అతను తన వివాహ పర్ తప్పదనను పర్ తప్పాదించాడు మరియు ఆమె కూడా అంగీకరించి విజయవంతంగా వివాహం చేసుకుంది. అక్కడొ నుంచి మొదలైంది.

ఆమె గర్భం యొక్క చివరి దశలో ఉన్నప్పుడు. అభిషేక్ భారత సరిహద్దులో పనిచేశాడు, తన బిడ్డ పర్సవానికి ముందు, అతను సరిహద్దుల మధ్య పోరాడటానికి వెళ్ళాడు. కాబట్టి తను రానంత వరకు ఈ పొలలకి తన గురించి తెలియకూడదని మాట ఇవ్వమని చెప్పాడు. ఆమె కూడా హామీ ఇచ్చింది. ఈ కారణంగా, ఆమె మాత్రమే అతని తండ్రి గురించి అతని కొడుకుకు చెప్పలేదు. అతను వెళ్ళినప్పుడు, అతను ఆమెకు సగం పాయానో పాట నేర్పించాడు, మరియు మరోక సగం పాయానో పాట అతనికి తెలుసు. తద్వారా పోరు మను సంగీతపరంగా చెప్పగలిగేలా నేర్పించవచ్చు.

ఏడాది గడిచినా ఇంకా ఇంటికి రాలేదు. అతని కోసం వెతుకుతూ, ఆమె తన కొడుకును పొరుగువారి ఇంట్లో వదిలివేసింది. అతడిని వెతుకుకుంటూ చెన్నన్న మిలటరీ స్టేషన్ ఎక వెళ్ళింది. అయితే అదే నిమిషంలో తన బిడ్డను, భార్యను చూసేందుకు కొడ్మైకానాల్ వెళ్ళలేదు. కానీ దురదృష్టం వీచారానిన ఇస్తుంది, ఇద్దరూ వేరేవేరు నగరాల్లో వారి కోసం వెతుకుతున్నారు.
పర్ తో ఒకక్ రూ వాటిని కోల్పోయారని భావించారు.

అందుకే ఆ రోజు నుండి నేను అతని కోసం ఎదురు చూసుత్నాన్ను. నమమ్ కంగా ఆమె తోడప్పై పడుకుని చేయి పట్టుకుని ఏడుస్తున్న చరణ్. అందుకే ఆ రోజు కోసం ఎదురుచూసేత్ చరణ్ క తండ్రి అమతాడని, ఒపిక నశించడం వల్లే ఈ సమసయ మొదలైందని అర్థమైంది.

చరణ్ క తన తండ్రిని చూడాలనే కోరిక ఉంది. కాబట్టి ఆమె తల్లిల్ కూడా అతని తండ్రి గురించి సమాచారాన్న సేకరించడానికి అతని సేనా హితుల చిరునామాను ఇచ్చి అతనికి సహాయం చేస్తింది.

మరుసటి రోజు, కోర్త్ చెన్నన్నల్లోని తన నివాస పట్టణానికి మారుతోంది. మనవరాలు తన ఊరికి వెళ్ళోత్ందని బామమ్ గట్టిగా ఏడ్చింది. చరణ్ ఆమెను కష్టమించమని అభయ్ రథించాడు, కానీ ఆమె సారీని అంగీకరించలేదు. తరువాత ఆమె కొడ్మైకానాల్ ఎన వడిచిప్పట్టింది.

వారం తరువాత మిలటరీ జనరల్ అభిషేక్ కోసం మసత్కాలు, వారత్ పత్రికలు, కథనాలు, టివీ ఛానాల్ ఎల మొదలైనవాటిలో వెతికాడు, ఆపై అతను తన తండ్రి సేనా హితులను కలుసుకుని వారి

నుండి సమాచారం మరియు చోరునామా సేకరించాలని అనుకున్నాడు. దాంతో ఆ మెకానిక్ గఫూర్ తన ఇంటికి వచ్చి తన తండ్రిని వాతకమని బ్రేక్ ఇచ్చాడు. ఆ సహాయం కోసం అతను గఫూర్‌ను కాగొలించుకున్నాడు. మరి చాలా మంది చరణ్ కో కొంత డబ్బు ఇచ్చారు. మరియు చరణ్ తన తండ్రిని కనుగొని వారితో జీవిస్తాననని వాగదానం చేస్తాడు. చివరకు తన తండ్రిని వాతుకుకంటూ వాళుతు నాన్ నని అందరికో చెప్పాడు.

అతను హాల్ స్టేషన్ నుండి బయటకు వాళ్ళిళ్ళిన తరువాత, అతను సుదీరఘ్ పరయ్యాణంలో తన జీవిత పరయ్యాణానిన్ గురతు చేసుకున్నాడు. అతను దాటో పరతో మైలులలో తన జీవిత మైలురాళల్ గురించి ఆలోచించాడు. అతను తన సమసయ్ల గురించి ఆలోచించాడు మరియు తన హృదయం నుండి తన పరిష్షకార్ రాన్సిన కనుగొనానన్ డు.

ఎటటో కోలకు చరణ్ తన తండ్రిని వాతకడానికి చానన్న చోరుకున్నాడు. చరణ్ దగగ్ రతన తండ్రి బాయి చ్ చితర్ం, అతని తండ్రి సేన్ హితుల చోరునామా, ఒక బాటిల్ నొండా నోఘుళ్, అతని తలలో ఫ్లోటో, కానిన్ బటట్లు మరియు పరజల నుండి కొంత డబ్బు ఉన్నాయి. అతని తండ్రికో పది మంది సేన్ హితులు.

చరణ్ తన తండ్రి మొదటి సేన్ హితుడి వదద్ కు వాళ్ళాల్డు. అతను తన తండ్రి గురించి అడుగుతాడు మరియు అతని తండ్రి రెండు వారాల కొరత్ం ఉన్నాన్ డని మరియు అతను తన రెండవ సేన్ హితుడి ఇంటోల్ ఉండబోతునాన్ నని చెప్పాడు. చరణ్ తన భారయ గురించి అడగగా, మూడు నాలల కొరత్ం చినన్ గొడవ వలల్ ఆమ వాళ్ళిల్ పోయిందని సమాధానమిచ్చాడు.

చరణ్ తన తండ్రి రెండో సేన్ హితుడి వదద్ కు వాళ్ళాల్డు. అతను తన తండ్రి గురించి అడుగుతాడు మరియు అతని తండ్రి రెండు వారాల కొరత్ం ఉన్నాన్ డని మరియు అతను తన మూడవ సేన్ హితుడి ఇంటోల్ ఉండబోతునాన్ నని చెప్పాడు. చరణ్ తన తలలో దండుర్ ల గురించి అడగగా, నాలుగు నాలల కొరత్ం, తన భారయ కారణంగా వారు వొడిచ్చపెటటో రని సమాధానమిచ్చాడు.

చరణ్ తన తండ్రి మూడో సేన్ హితుడి వదద్ కు వాళ్ళాల్డు. అతను తన తండ్రి గురించి అడుగుతాడు మరియు అతని తండ్రి రెండు వారాల కొరత్ం ఉన్నాన్ డని మరియు అతను తన నాలగ్ వ సేన్ హితుడి ఇంటోల్ ఉండబోతునాన్ నని చెప్పాడు. చరణ్ తన మదయ్పాన వయ్సనం గురించి అడుగుతాడు, మూడు నాలల ముందు, ఆ పతకం

సాధించాలనే తన ఆశయం, అయితే అతను రిటైర్ అయినందున అది ముగిసిపోయిందో అని బదులిచ్చారు.

చరణ్ తన తండ్రి నాలుగో సహోద్యోగి వద్దకు వెళ్ళలేదు. అతను తన తండ్రి గురించి అడుగుతాడు మరియు అతని తండ్రి రెండు వారాల కోసం ఉన్నాడని మరియు అతను తన ఐదవ సహోద్యోగి ఇంట్లో ఉండబోతున్నానని చెప్పాడు. చరణ్ తన బాధ గురించి అడగగా, మూడు వారాల కోసం తన పూర్వవాసనో మరొకరు హైజాక్ చేశారని బదులిచ్చారు.

చరణ్ తన తండ్రి ఐదో సహోద్యోగి వద్దకు వెళ్ళలేదు. అతను తలుపు తట్టినప్పుడు, పూర్య అనే తొమ్మిది దేశాల అమ్మాయి తలుపు తెరిచి తన తండ్రి గురించి అడుగుతుంది. ఆ తరవాత చరణ్ పూర్యకు కాసత్ ఆహారం సిద్ధం చేసి ఇచ్చి సహాయం చేశాడు. చరణ్ తన తండ్రి గురించి అడగగా, మూడు వారాల కోసం, అతను లోన్ విషయంలో అరెస్ట్ చేశాడని, ఆ లోన్ తన స్కూల్ ఫీజుగా చెల్లించబడిందని ఆమె బదులిచ్చింది. చరణ్ తన తల్లి గురించి అడగగా, పూర్య పుట్టినప్పుడు తన తల్లి చనిపోయిందని పూర్య సమాధానం ఇచ్చింది. అతను తన తండ్రి గురించి అడుగుతాడు మరియు అతని తండ్రి రెండు వారాల కోసం ఉన్నాడని మరియు అతను తన ఆరవ సహోద్యోగి ఇంట్లో ఉండబోతున్నానని చెప్పాడు.

చరణ్ సహనం కోల్పోయి సహనం కోల్పోతాడు, కానో అతని తల్లి మాటలు "ఆమె సహనం కోల్పోవడం వలనే ఈ సమస్య అంతా పూరంభమైంది." అలా రాత్రి అయింది పూర్య ఇంట్లోనే. తన తండ్రి ఈ తెలివితక్కువ పనులు ఎందుకు చేసాడు అని ఆలోచిస్తాడు. తన తండ్రి ఏదో చేబుతున్నాడని అతనికి తెలుసు.

మరుసటి రోజు, అతను తన తండ్రికి చెందిన మరో ఐదుగురు సహోద్యోగులను కలవడానికి సిద్ధమయ్యాడు. చరణో తో పాటు పూర్య కూడా అతనతో వెళ్ళేందుకు సిద్ధమ్మైంది.

చరణ్ తన తండ్రి ఆరో సహోద్యోగి వద్దకు వెళ్ళలేదు. అతను తన తండ్రి గురించి అడుగుతాడు మరియు అతని తండ్రి ఒక వారం కోసం ఉన్నాడని మరియు అతను తన ఏడవ సహోద్యోగి ఇంట్లో ఉండబోతున్నాడని చెప్పాడు. చరణ్ తన తాతయ్యల గురించి అడగగా, మూడు నెలల కోసం, వారు చనిపోయారని సమాధానమిచ్చాడు.

చరణ్ తన తండ్రి ఏడవ సహనోహితుడి వద్దకు వెళ్ళాల్డు. అతను తన తండ్రి గురించి అడుగుతాడు మరియు అతని తండ్రి ఒక వారం కోర్తం ఉనానాడని మరియు అతను తన ఎనిమిదవ సహనోహితుడి ఇంట్లో ఉండబోతునానాని చెప్పప్డు. చరణ్ తన ఇంటి గురించి అడగాగ, మూడు నాలల ముందే ఇలుల అమేమ్శానని, అదో తనకు దురదృష్టొ నోన కలిగించిందనో బదులిచోచారు.

పోర్య తన సహనం మరియు సహనానోన కోలొపోతుందో, కాబటొటొ వారు అతని వద్దకు ఎందుకు వెళ్ళొ గలిగారు అనో ఆమో చెప్పిందో, అయితే ఆమొ సహనం కోలొపొవడం వలేల్ ఈ సమసయొ అంతా పోర్ రంభమనొందనో అతను తన తలొల్కి చెప్పప్డు. కాబటొటొ తన తండ్రి దోరుకుతాడనో నమమ్కం కలుగుతుందో.

చరణ్ తన తండ్రి ఎనిమిదో సహనోహితుడి వద్దకు వెళ్ళాల్డు. అతను తన తండ్రి గురించి అడుగుతాడు మరియు అతని తండ్రి ఒక వారం కోర్తం ఉనానాడని మరియు అతను తన తొమిమ్దవ సహనోహితుడి ఇంట్లో ఉండబోతునానాని చెప్పప్డు. చరణ్ తన సోదరి గురించి అడగాగ, మూడు నాలల కోర్తం, ఆమొ ఒక అబాబ్యినో పోర్ మసుతొననొందున ఆమొ వెళ్ళొలొపోయిందనో సమాధానమిచోచాడు.

చరణ్ తన తండ్రి తొమిమ్దో సహనోహితుడి వద్దకు వెళ్ళాల్డు. అతను తలుమ తటొటొ నమప్డు, కోరిత్ తలుమ తొరొచొందో మరియు అతనినో చాసో ఆశచొరయొ పోయిందో, ఆమొ కళళ్ లో నోళుళ్ ఉనానాయొ, కానో ఆమొ కనోన్ ఫలొను నొయంతొర్ంచుకుందో. కోరిత్ప్షె తనకునన్ వెపరొతమ్మైన పోర్ మను చపప్డానొకి ఇదో తరుణం అనో చరణ్ భావొంచాడు, అందుకో అతను తన పోర్ మను ఆమొ తండ్రిత్ో చెప్పప్డు, ఆమొ తండ్రి కోపంతో మొదట అతనినో చొంపదొబబ్ కాటొటొడు మరియు చరణ్ శాంతొంచొ ఆమొ తండ్రినో ఒప్పొంచాడు, ఆప్షె ఆమొ తండ్రి అంగోకరించాడు. అతను తన తండ్రి గురించి అడుగుతాడు మరియు అతని తండ్రి ఐదు రోజుల కోర్తం ఉనానాడని మరియు అతను తన పదవ సహనోహితుడి ఇంట్లో ఉండబోతునానాని చెప్పప్డు. చరణ్ తన పదవ సహనోహితుడి గురించి అడగగా, అతను అతనికి దోర్హం చొశాడనో సమాధానమిచోచాడు.

చరణ్ తన తండ్రి పదవ సహనోహితుడి వద్దకు వెళ్ళాల్డు. అతను తన తండ్రి గురించి అడుగుతాడు మరియు అతని తండ్రి మూడు రోజుల కోర్తం ఉనాన్డని మరియు అతను తన ఇంటికి వెళ్ళొల్నని

చూపొప్పొడు. ఎటాట్ కోలకు తన తండొర్ అడర్స్ దొరకడంతో చరణ్ చాలా సంతోషించాడు. చరణ్ తన అపరాధం గురించొ అడగగా, ఆతను తన సోన్ హొతుడొకొ దొర్ హం చేశాననొ సమాధానం ఇచ్చాడు.

ఎటాట్ కోలకు తన తండొర్ నొ చూసిన చరణ్ ఆనందంలో ఉనొన్నొడు. చొవరగా, ఆతను తన తండొర్ నొవాస చొరునామాను పొందాడు. చరణ్, పొర్ య తన తండొర్ నొవాసానొకొ వళ్ళొలర్ రు. జొఞ్ పకాలనొన్ ఫొట్లొలుగా ఎంచుకొనొ గోడలకు వేలాడదొయడం చూశాడు. తన తండొర్, తల్లొల్ చొనొన్ పొపట్టొ ఫొట్లొలను చూసొ కనొన్ రుమునొన్ రయొయొడు. ఆతను తన తండొర్ కొసం వొతుకుతునొన్నొడు కానొ వొరొ మొరగొం లొదు. పకక నొ ఉననొ గదొల్లో ఒక సవొరం వొనొపొసొత్తొంది. సవొరం ఆతనొ తల్లొల్ గొంతు. గదొల్లొకొ చాలా సొటెట్ పొపొలు వొశాడు. దుమమొ తో నొండొన పాత రొడొయొ ఉందొ. దానొ కొంద చొనొన్ వొజొట్టొంగ్ కొర్డొ ఉందొ. ఆ వొజొట్టొంగ్ కొర్డొ ల ల్ఖొత రూపంలో అడర్స్ ఉందొ. చరణ్, పొర్ య అడర్స్ దగగొ రకు వొళ్ళొలర్ రు.

అకకొడ ఆతనొ తండొర్ కొసం వొతొకొరు. చొవరగా, రాతొ బొంచ్ మొద ఒక వృదుధొ డు కూరుచొ నొన్నొడు. మొలల్ గొ చరణ్ తన తండొర్ కొసం వొతుకుతుననొ ముసలొవొడ దగగొ రొకొ వొళ్ళొత్ డు. వృదుధొ డొతొ తన తండొర్ పొరు చొపొవ్ కునొ అరొచ్చాడు. "అబొష్ఖొ!" అనొ ఆకొర్ శొంచాడు. చరణ్ తన తండొర్ నొ వొతకడానొకొ మరొనొన్ పొర్ యతానొ లు చొసొనొందున పొర్ య ఆతనొ తండొర్ కావాలనొ ఎదురుచూసొందొ. కొబట్టొ ఆతను తన బహమతనొ పొందాలనొ ఆమొ కొరుకుంటుందొ. అదృషట్ వశొతొత్ తన తండొర్ గురొంచొ తొలుసుకుననొన్నొడు. తండొర్ తన తలను 90 డొగొర్ లకు తొపొప్పొడు, ఆతనొ పొదమలు మామొలుగా నమవొత్తూ, "చరణ్ .." అనొ పొరు చొపొప్ గా, ఆతనొ తండొర్ కుడొ కనునొ నుండొ చొనొన్ కనొన్ రు కారొందొ. చరణ్ ఉవొప్పొఖొల్ రుతూ, కనొన్ ఖులొ పొటుటొ కునొ, తండొర్ మొకొలొఖలొ పొనొ తల వంచుకుననొన్నొడు. 25 ఏఖులొల్ గొ తన తలొల్ ఒడొదుదుకుల గురొంచొ చాలా ఏడొచ్చాడు. తన తండొర్ వలొల్ తనకు రొజువొరొ సమసయొ లు ఎదురమతునొన్ యనొన్ రు.

ఈసనొన్ వొశం తరొవొ త, చరణ్ తన తండొర్ ఇనొన్ సంవతసొ రొలు ఇకకొడ ఎందుకు ఉనొన్నొడు అనొ అడుగుతాడు. తన సనొన్ హొతుల ఇఖల్ చుటుటొ తొరుగుతూ తన ఇంటొల్ ఎందుకు ఉండకూడదనొ చరణ్ అడొగాడు. చరణ్ తన తండొర్ నొ చాలా పరొ శనొ లు వొసొత్తొడు కానొ ఆతనొ తండొర్ మొనం వొహొసుతొ నొన్నొడు. ఆతనొ తండొర్, "అదొ

ఆయిపోయిందా? ఇంకేమైనా పరీక్షనలు. మీరు మీ చరచ్ ముగించారు. మీ సమాధానాలు చెప్పనివ్వండి. నేను కఠినమైన పనిలో ఉన్నాను, ఇది ఉద్యోగం కాదు, కానీ అదో. స్త్రైనిక, దేశం మరియు దేశభకితో ననున్ ఎనున్ కుంది.మిలటరీ బాయ్ కప్ లో నేను గొప్పగా పనిచేశాను.అందుకే నా సీనియర్ చీఫ్ క ఇతరులతో పోల్సిత్ నాప్ప గౌరవం ఎకుక్ వ.కొడ్న కానాల్ క వచచ్ నప్పడు నేను నా భారయ్ గొంతుప్ప పడడ్ ను.ఆ తరావ్ త నేను అనుకున్నాను. నేను అనాథను కాను, ఇప్పడు నా సవ్ంత కుటుంబానిన్ చేసుకునే అవకాశం ఉంది.అందుకే నేను మిలటరీ ఉద్యోగ్ గానికి రాజీనామా చేసి మీ అమ్మ్ తో సథ్ రపడాలని నిరణయించుకున్నాను.కానీ దేశం పటల్ నాకునన్ దేశభకితో దేశం పటల్ నా కరత్ వయ్ నిన్ వసమ్ రించవదద్ నో నాకు సలహా ఇచ్చ్ ంది. .అందుకే నేను దానినో కొనసాగించాను, సీనియర్ చీఫ్ డూయ్ టోని వదిలిపెటటు కుండా మొండిగా ఉనాన్ డు.దేశంలో అతయ్ వసరంగా సరిహదుద్ దాడి వచ్చ్ ంది 'లొంగిపోవాలా యుదధ్ ం'. కాబటటు సరిహదుద్ ల దగగ్ ర మొతతం **120** మంది స్నైనికులు, కానీ పాకిసతాన్ నో్ ల దాదాపు **2000** నుండి **3000** మంది ఉనాన్ రు. స్నైనికులు కాబటటు చాలా సీనియర్ కలనల్ ఇతర స్నైనికులను యుదధ్ ంలో పాల్గొ నమని కోరాడు, వారిలో చాలామంది నేను కూడా నిరాకరించారు, కానీ సీనియర్ చీఫ్ ననున్ బొర్యిన్ వాష్ చేసారు, కాబటటు నేను నొబంధనలను అంగీకరించాను. యుదధ్ ం తరావ్ త మన దేశం విజయం సాధించింది. ఈ సంఘటన తరువాత, నేను ననున్ మరియు మీ అమమ్ ను చూడటానికి అనుమతి అడిగాను. నేను మీ అమమ్ ని సడాన్ గ దరిశ్ దాద్ మని అనుకున్నాను కానీ నేను కొడ్న కానాల్ చేరుకునే సరికి నుమవ్, మీ అమమ్ అకక్ డ లేరు. వీలయిసంత మేరకు వివరాలు సేకరించాను. కానీ మీ గురించి మరియు మీ అమమ్ గురించి సమాచారం లేదు. లొంగిపోవాలా యొకక ఏకైక యుదధ్ ం యుదధ్ నిన్ మారిత్ చేయలేదు. ఇండో-పాకిసతాన్ యుదధం కొనసాగుతోంది, ఆ యుదధ్ ంలో నేనో పరధాన పాతర పోషించాను. నేను ననున్ ఎప్పడ్నైనా చూడగలను కానీ దేశాననిన్ ఏ సమయంలోనైనా చూడలేను. కాబటటు నేను యుదధం, మరొక యుదధ్ ం, మరొక యుదధ్ ం, మరొక యుదధ్ ం మొదలైన వాటికి వయ్తిరేకంగా పోరడాను. నేను యుదధంలో ఉపయోగించే మరినిన్ సటుట్ కిసర్ గురించి తాలియజేసాను. కానీ నేను మీ గురించి

మరియు నేను పోరాడుతునన్ జీవితం గురించో ఏమో నేరుచ్కోలేదు. పర్త రోజు దోశం యొకక్ ఆరోగయ్ం పెరుగుతుందో మరియు నాల్లో దోశభక్తిత్ పెరుగుతుంది. కానో నా పోర్మగల భారయ్కు వయ్తోరోకంగా నేను నా పోర్మను కోల్పోయ్యాను. నేను ఎంత ఎకుక్వ నేరుచ్కునన్నో, అంతగా పర్మోషన్ ఎన పొందుతాను. చివరగా, నేను 54 సంవతసర్రాల వయసుసల్లో (కలనల్ ల్-రాయ్ ఎంక్ అధికారి) పదవో విరమణ చేసాను. నో మహానానన్, నో అమమ్ ముఖానాసన్ చూడడానికి నా సాథ్యకి తగగ్ టట్గా పర్యతినన్చాను కానో కుదరలేదు. ఆఖరికి నొనున్ చూసే అవకాశం వచ్చ్ందో కానో ఏ ముఖంతో చూడగలను. నా వలల్ నో బాలయ్నాన్ కోల్పోత్తామ. నేను కొడ్నక్నాల్నిక వచ్చాచ్ను. మరియు నేను నొనున్ మరియు మోతలిల్ నో కూడా చూశాను. కానో నేను మోతండ్రిన్న మరియు మోరు నా భారయ్ అనో నేను మోకు చెపప్ లేను ఎందుకంటే నేను చనిపోయానని లేదా మరోద్నైనా కారణాల వలల్ నా భారయ్ మోకు చెపప్ందో. కాబటట్ నేను లేకుండా మోరు మో జీవితానాసన్ ఆనందసితత్ రని నేను అనుకునానన్ను. ఈ మాట నొతో చెబితో ఏ పర్మాదంలోనన్నైనా నోకు కోపం వసుతత్ందో. అలా వరష్ంతో కనినస్ ఫుల్ పాటుట్కుంటూ ముందుకు సాగాను. మరియు నా మొదటి సోన్ హొతుడ్ ఇంటికి వాళిల్ననున్ ఆపాయ్యింగా పలకరించారు. వారు నాకు కాఫీ ఇచాచ్రు, ఒక రోజు ఇకక్డ ఉండమని నేను అతనాన్ అతని కుటుంబం గురించి అడిగాను, అతను మూడు నెలల కోర్తం, చినన్ గొడవ కారణంగా ఆమె వాళిల్ పోయిందని సమాధానం ఇచాచ్డు. దోశానాసన్ రకష్ంచడానికి దేమడు ననున్ పంపాడని నేను అరథ్ం చేసుకునానన్ను, నా సోన్ హొతుడ్ కుటుంబాలల్ో మారుపల్ు చేయడానికి దేమడు ననున్ ఇపప్డు పంపుతునానన్డు. సమసయ్ను విశలోష్ంచడానికి మరియు మారుపల్ు చేయడానికి కానో నేను దోనిన్ చేయలేను, దోశానాన్ శాంతిగా మారచ్డానికి దేమడు నాకు అవకాశం ఇచాచ్డు, ఇపప్డు నేను విశవ్ సంచో వారికి అవకాశం ఇవావ్లి. నా ఎంపకలో మోరు ఒకక్రో. 'ఇపప్డు నుమువ్ నా కొడుకువని నా కొడుకుకు నోరూపాంచాలి. సమసయ్ను విశలోష్ంచి, మో హృదయం చెపప్ నటుల్ చేయండి మరియు మో పరష్కార్రానాన్ విశలోష్ంచండి. తవ్రిత పదధ్తుల్ో చేయండి.' మొదటసారి నేను మోకు 'సారో' చెపప్ బోతునానన్ను."

చరణ్ పరిపస్థ్తో ఏంటో తెలియడం లోదు. ఏం చోయాలా అనో కాసేపు ఆలోచసుతత్నానన్డు. మరానొసన్ పదధ్తులు

ఆలోచిసాత్తాడు కానో అవి ఫాయిల్ అమతాయో లేదో అనే భయం అతనిలో ఉంది. చివరగా, అతను ఆల్ ఇండియా రేడియో ఎఫ్ఎమ్ వినే ప్రజల కోసం ఒక ఆలోచనను నిరణయించుకున్నాడు. వారి సమసయ్ లప్పై ప్రజలతో మాటలాడ్డో వారి సమసయ్ లకు పరిషాక్రం చూపాలనో ఆయన భావించారు.

మరుసటి రోజు చరణ్ మరియు అతని తండ్రోర్ అనుమతి అడగడం కోసం **ALL INDIA RADIOSTATION**కి వెళ్ళార్రు. కానో మేనేజర్ వారినీ మాటలాడ్డోందుకు వదిలిపెటటడం లేదు. అందుకే సీనియర్ చీఫ్ నె పలిచ్ అనుమతి కోరారు. మేనేజర్ రేడియో టాక్ అడ్వైవ్ జరోనో అనుమతించారు.

చరణ్ మాటలాడ్డడానికి కాసత్ నారవ్స్ గా ఉనాన్, ఆ భయానాన్ని అదుము చసేందుకు తన సాథ్ యిలో ప్రయతనించాడు. పోర్యా చరణ్ని అలా పోర్తస్ హోంచింది. చరణ్ రేడియో బూత్ కి వెళ్ళాఖ్డు. అతని తలప్పై హాడ్లోఫోన్న పెటటుట్ కోంది. మైకులు ఆన్లో ఉనాన్ యి, చివరకు అతను మాటలాడ్డాడు. అతను "నేను చరణ్, ఈ రోజు నేను మీరు ఎదురొక్కంటునన్ రోజువారి సమసయ్ ల గురించి మాటలాడ్డబోతునాన్ ను. పర్ తో ఒకక్ రోకొ ఏదో ఒకచోట, కొంతమందోవయ్ కుత్ లు, కానోన్ ఉదోయ్ గాలు, కానోన్ రకాల వసుత్ మల గురించి భయం ఉంటుంది. మీరు ఇతరుల కంటే భినన్ ంగా ఉంటారు. మీరు దోనోక్కైనా ధర గురించో అడగాలి.కానో దోనో వొలువ గురించో కాదు.మీరు గడోయారానోన్ కానుకోక్ వచుచ్ కానో సమయం కాదు.ఇంటో అంత సొకరయ్ ంగా లోనో ఇంటోన్ మీరు కానుగోలు చేయవచుచ్.మీరు ఆహారంలో కొంత భాగానాన్ కానుగోలు చేయవచుచ్ కానో రుచోన్ కాదు. మీరు మసత్ కానోన్ కానుకోక్ వచుచ్ కానో కథ కాదు. ధర వొలువ వేరు. కానో ఎలాగ్నైనా మీరు ఒక వయ్ కొత్ నో కూడా కానలేరు. ఉదయం నుండో రాత్రోర్ వరకు మీరు వేరేవ్రు సమసయ్ లను ఎదురొక్కంటారు మరియు ఆ సమసయ్ లు పటటోంచుకునే మనోహరమ్నైన వయ్ కుత్ లకు చూపుతాయి మీ కోసం, అదో మీ తలలో, మీ తండ్రోర్, మీ భారయ్, మీ సేన్ హోతుడు, మీ పొంపుడు జంతుమ ఎవర్నైనా కావచుచ్. కానో మీరు వారి సాథ్ నం గురించో ఆలోచిసత్, మీరు ఏమో చసేత్ర్రు. పోదద్ ప్రశాన్ రథ్ కం. సరే, మనం ఒక పనో చేదోదాద్ ం. చినన్ వషియం ఒక కారణంతో జరుగుతుంది, ద్రగోవ్షయం యొకక్ ఉదదేశాయ్ నోన్ అరథ్ ం చేసుకునో, తదనుగుణంగా పర్ వరత్ ంచేవాడు మరియు పోరాడ్డోవాడు ముందుకు కదులుతుంది. పరిసథ్ తులను నొందోంచడం</p>

సులభం. కానీ నొందను అంగీకరించడం చాలా కష్టం. మీరు ఒక వయఃకోతోనీ, వసతీమను, జంతుమను, సమయం, దుసుతలు, ఇలులో, ఆహారం మొదల్నైనవాటినీ నొందసొతారు. కానీ మీరు మీ తమపలను అంగోకరించలేదు. ఇదో కఠినమ్మైనదో అయినపపటికో, దానినీ నాయంతరోంచడానికో మీరు మీ సాథయినీ ఉతతమంగా పరయతనించవచుచ. మీ తల్లిల మీ కొసం ఎకకడ వేచో ఉందో ఆలోచించండి. ఆమె మీ కొసం ఎకకడ వేచో ఉందో మీ తండిరో గురించి ఆలోచించండి. మీ భారయ మీ కొసం ఎకకడ వేచో ఉందో ఆలోచించండి. మీ తోబుటుటో మలు మీ కొసం ఎకకడ ఎదురు చూసుతోనానోరో ఆలోచించండి. మీ పొంపుడు జంతుమ మీ కొసం ఎకకడ వేచో ఉందో దానో గురించి ఆలోచించండి. అనోన నోకొసం ఉనానోయి కానో నుమవ దానసోన సరిగాగ వోనోయోగించుకోవడం లేదు. నుమవ కొష్టమంగా వసతోపా అనో మీ అమమ ఎదురుచూడటం లేదు. మీ నాననో మీ జీతం కొసం ఎదురుచూడడం లేదు. మీ తోబుటుటో మలు మీ బహుమతుల కొసం వేచో ఉండరు. మీరు భోజనం బాగా తోసనానోరా లేదా అనో మీ భారయ ఎదురుచూడదు. మీ పొంపుడు జంతుమ మీతో ఆడుకోవడానికో వేచో ఉండదు. మీ పొరోమ మరియు మదదోతు కొసం అందరూ ఎదురు చూసుతోనానోరు. ఈ ఉదాహరణలు పొరోమలో ఒక భాగం మాతరో మే. అదో పొరోమ కాదు. మరియు వారు మీ పొరోమ కొసం ఎదురు చూసుతోనానోరు. అయితో కొందరు ఏం చేసుతోనానోరు. వారు తమ రోజువారో దోనచరయలలో ఒతోతోడి, టోనషోనో మరియు డిపొరోషనోన కలిగో ఉంటారు మరియు పొరోమగల వయఃకుతోలకు వారో చోదు, కొపొనానోన పరోదరశో సతోతోరు. ఇదో సంబంధాలు తోగిపోయోన దోశానికో దారో తోసుతోందో. పొరోయమ్మైన వయఃకుతోలు మీ కొసం చాలా గంటలు వేచో ఉనానోరు. మీరు వారో వాయోమూోహానోన అరథోం చేసుకోకపోతో మరియు మీ ఉపచేతన ఏద్నైనా మాటాలో డోతో అదో వారినో మానసికంగా బాధపెడుతుందో. దయచేసో మీ పొరోమగల జీమలపొ మీ కొపొనానోన చూపవదుద. రాతోరో పూట ఆకాశంలో నకషోతారోలు ఎకుకోవగా ఉంటాయో, కానో అందరూచందురో నో గురించో మాటాలో డుతారు.ధనయ వాదాలు."

5 కోటల మంది దోసనో వనానోరు. అదో వనన వారంతా ఒకకో సారిగా కనోనో ఘులో పెటటుటో కునానోరు. కానోనో దుకాణాలు కూడా సలమ ఇచాచోయో మరియు పరో తో ఒకకో రూ వారో ఇంటో వ్నైపు చూసరు మరియు పరో తో ఒకకో రూ వారో సమసయో లను పంచుకునానోరు. అభిషేకో కో చోందోన 10 మంది సేనో హితులు కూడా తమ కోలో లోపోయోన

సంబంధాలను పొందుతునాన్రు మరియు అందరూ సంతోషంగా ఉనాన్రు. ఈ సంఘటన అభిషేకో ఊహించబడింది. పోరయా తండిరో నీ వొదుదల చసో ఒకరినొకరు కాగిలించుకునాన్రు. ఎమోషనల్ సీప్చ్ ఇచిచ్నందుకు 10 మందో సనేన్ హోతులు చరణొక కృతజ్ఞతలు తొలుపుతునాన్రు. కోరిత్ చరణొన కాగిలించుకుంది. అతనీ తండిరో తన కొడుకు అయొనందుకు చాలా గరవ్ంగా ఉనానడు మరియు చరణొత "నేను ఆమెకు పెళ్లిల్ చసేత్ను, చింతించకండి" అని చెప్పప్డు. అభిషేక ఓ మూలన ఏడుసూత్ చరణొన తన పోరయమన్నైన భారయొను చూడమని కోరాడు. చరణ అందరొకో బై చెప్పప్ తన తండిరోత్ కలిసి టూర్ వాల్ చసేత్డు.

కొడ్డైకానాల్ చేరుకునానడు. దివయ్ నగరమన్నైన నగర సవ్రగంలో అందరూ సంతోషించారు. అందరూ చరణొక, అతనీ తండిరో కో సవ్గతం పలికారు. అతనీ తండిరో 20 సంవతస్రాలకు పైగా జరిగో పరత్ కష్టణానిన్ చూశాడు. అతను తన పోర్యమన్నైన భారయొయొకక జ్ఞాపకాలను గురుత్ చసుకునానడు. చొకూచరణ దగగ్రొకో వచిచ్ ఒకరినొకరు కాగిలించుకునానడు. గఫూర్ అతన దగగ్రొకో వచిచ్ ఒకరినొకరు కాగిలించుకునానడు. చివరగా, గఫూర్ దివయ్ నగర పర్ జలకు నిజం చెప్పప్డు. అతను చెప్పప్డు "నేను జానా అనే కోర్ సీట్ యన్ మహిళను పెళ్లిల్ చసుకునానను. ఆమె నా దగగ్ర మొకానొకస్ చదివింది. మరియు ననున్ వివాహం చసుకుంది. నాకు వచేచ్ జీతం తకుక్వగా ఉండటంతో నేను ఆమెను చూసుకోలేను. దానీ కోసం ఆమె ననున్ ఒంటరిగా వదొలివేసింది. ఒక మంచో రోజు వారి కుటుంబం ఆ సమయంలో ఆమెను తొసుకెళ్లిల్ వేరే అబాబ్యని పెళ్లిల్ చసుకునానడు కూడా.. ఎందుకంటే నా కూతురిప్పై నాకు 10 రాటుల్ ఎకుక్వ పేర్మ మరియు మదద్తు ఉండో కాబటిట్ ఆమె వదొలి వెళ్లళ్ లేదు కాబటిట్ ననున్ మరియు నా కుమారిత్ను రక్షించమని నేను అలాల్ను పోర్ రిథ్సుత్నానను. ఆ సమయంలో ఆషిక గఫూరొన కాగిలించుకుని కష్మించమని అభయ్ రిథ్ంచొడు. అందరూ చాలా సంతోషంగా ఉనానరు, నమవ్తునన్ సంకేతాలు మరియు నవేవ్ కష్ణాలు మాతర్మ చేచొటు చసుకునానయి.

చివరగా, అభిషేక తన భారయొను చూడటానొకి వెళ్ళళ్డు. అతను కాంచం చొదులో ఉనానడు కానో ఇపుప్డు అతనొకి యుదాద్ల కంటే ఎకుక్వ ధైరయ్ం ఉంది. అతను ఇంటులొకి పర్వేశించొనప్పడు, చొనన్ శార్వయమన్నైన పియానో సంగీతం

వినిపిస్తోంది. అంతకుముందు సనిన్ వేశంలో అభిషేక్ నేరిపిన హాఫ్ పోయానో పాటను పలల్ వి పాడుతోంది. చివరగా, ఇదదర్ రూ కలిసి పాట పాడారు మరియు సనిన్ వేశంలో ఉనన్ పర్ తో ఒకకర్ రూ కనిన్ ఫుల్ పాటుట్ కునాన్రు.

ఒక సంవతసర్ రం తరావ్ త చరణ్ మరియు కోరిత్ వివాహం చేసుకునాన్ రు. మరియు ఒక మగ శిశుమ జనిమ్ంచాడు. చరణ్ జ్ఞాపకాలను మరిచ్ పోయేలా చేసిన తపప్ కోరిత్. కాబటిట్ ఆమె 4 సంవతసర్ రాల పాటు లండన్లోల FRCS డిగిర్ కోసం దరఖాసుత్ చేసుకుంది. దోంతో ఆమె తన భరత్ ను, బిడడ్ ను కొడ్డైకానాల్లోల వదిలిసేసింది.

4 సంవతసర్ రాల తరువాత, జూలై 23, 1996 న, ఆమె డిగిర్ మారిత్ చేసి కొడ్డైకానాల్కే తిరిగి వసోత్ ంది. కొడ్డైకానాల్ రైలవేవ సేట్షన్లోల చరణ్ వేచి ఉండగా అకక్డ ఎవరూ లేరు. చినన్ తిలల్ జుటుట్, ఫారమ్ల్ దుసుత్లతో, రోడింగ్ గాల్స్తో రాతో బించో మీద చరణ్ ఒంటరిగా కూరుచ్ నాన్ డు. మాలల్ గా ఒక చినన్ చోయి పన్కైతత్ చరణ్ వారి తొడల మీద ఉంచింది. ఆతడే చరణ్ కొడుకు సంజయ్. సంజయ్ తన తలిల్ల్ కోసం ఎంతో ఆసకిత్ గా ఎదురు చూసుత్ నాన్ డు. సంజయ్ "అమమ్ ఎపపడు వసుత్ ంది" అని అడిగాడు. కాన్న్ నిముషాలు ఆగండి, ఆమె వచేచ్ సోత్ ంది అని చరణ్ బదులిచాచ్ రు. మాలల్ గా రైలు వచాచ్ ంది. కోరిత్ రైలవేవ సేట్షన్లోలకి అడుగుపాటిట్న పాదద్ ది మరియు సంజయ్ ఎదుగుదల చూసి ఆశచ్ రయ్పోయింది. ఆమె నోరు మాదపలేదు మరియు ఒకరిన్లోకరు కౌగిలిలోంచుకుంది మరియు చివరగా, సంజయ్ ఇలా అనాన్ డు: "నేను మీ కోసం వేచి ఉనాన్ ను అమమ్, నీనున్ పోర్ మిసుత్ నాన్ ను." అనిన్ అయిపోయాయి.

ధనయ్ వాదాలు.

<u>న్తైతిక్త:</u>ఇది ఒక బంధం అని మీరు గరిహాంచేంత వరకు సంబంధాలు విసుగు చొందుతాయి.

ముగింపు.

# V

# एक प्रतीक्षारत प्यार।

एक बार कोडाइकनाल में चरण नाम का एक बालक रहता था। उनकी एक मां है जिसिका नाम पल्लवी है। पल्लवी एक संगीतकार और बेहतरीन गायिका है। वह अपने बचपन के दिनों का आनंद ले रहे थे। वह हमेशा अपने पति के बारे में पूछता है क्योंकि जब वह पैदा हुआ था तो उसकी मां ही उसकी देखभाल करती थी। और अब तक, उसने अपने पति को नहीं देखा। लेकिन उसकी मां ने उसे उसके पति के बारे में नहीं बताया।

और स्कूल में, हर बच्चे के पास अपने बच्चे को छोड़ने और लेने के लिए उनके पति होते हैं, जो उनके लिए अधिकार होगा। तो हर बच्चा अपने पति के साथ आता है, लेकिन वह अकेला अपनी मां के साथ आता है। सो उस दिन से वह अपने पति से बैर रखने लगा। उनका एक सच्चा दोस्त है जिसिका नाम चिदंबरम है। चिदंबरम को "चीकू" भी कहा जाता है।

हर गर्मी की छुट्टी में कीर्ति नाम की एक लडकी अपनी दादी के घर आएगी। दादी का नाम सौपर्णिका रखा गया।

अचानक एक दिन चमत्कार होता है, कोडाइकनाल के आधे रास्ते में एक बस का टायर पंक्चर होने से एक बस रुक गई, उस जगह पर चरण था। जब उन्होंने टायर पंचर देखा तो उन्होंने उस गांव के मैकेनिक से टायर में हवा भरने का अनुरोध कर बस की मदद की. उस हिल स्टेशन में, गफूर एकमात्र प्रतिभाशाली मैकेनिक है, और वह गरीबी में है और उसकी एक बच्ची है जिसिका नाम आशिकि है। आशिकि को अपने पति पर गुस्सा आता है क्योंकि उसने उसे उसकी मां के बारे में नहीं बताया। और सभी ने चरण को

धन्यवाद दिया कि इसे एक बड़ी जम्मिेदारी बनाएं। उस बस में कीर्ति भी रुकी थी। और उसने उसे धन्यवाद भी दिया, और चरण और कीर्ति अच्छे दोस्त बन गए।

और हर साल कीर्ति उनसे मिलने उनके पास आएगी। लेकिनि अचानक 9वीं से कॉलेज तक वेकेशन पर नहीं आई। जैसे-जैसे दिन बीत रहे थे, उसकी यादें उसके दिल में फीकी पड़ रही थीं। और उन्होंने अपनी स्कूली शक्षिा और कॉलेज समाप्त किया। वह और उसका दोस्त चीकू उनकी खोज का आनंद ले रहे थे और हमेशा के लिए मज़े कर रहे थे।

अचानक एक दिन ऐसा ही चमत्कार होता है, कोडाईकनाल जाने वाले आधे रास्ते में एक बस का टायर पंक्चर हो जाने से बस रुक गई, उस जगह पर चरण और चीकू थे। उसी बस चालक ने उससे मैकेनिकि को बुलाने का अनुरोध किया, लेकिनि उसने मना कर दिया। फिर उसने खुद ही हवा भरकर बस की मदद की क्योंकि गिफ़ू को अच्छा नहीं लग रहा था।

ऐसी ही स्थितिि होती है, और सभी ने चरण को धन्यवाद दिया कि उन्होंने इसे एक बड़ी जम्मिेदारी दी हो। वह भी बस में घुस गया।

अचानक, उसने कीर्ति को देखा, लेकिनि उसने उसका चेहरा नहीं पहचाना और उसे उसके चेहरे का एहसास नहीं हुआ। लेकिनि वह उसे पहली नजर में प्यार करता था। कीर्ति की दादी के घर के पास एक स्टॉप पर कीर्ति अपना सामान लेकर खुशी-खुशी अपनी दादी के घर जा रही थी. लेकिनि चरण को शक है कि वह कीर्ति के घर क्यों जा रही थी? इसे साफ करने के लिए उसने भी उसका पीछा किया और उससे बात की। दादी के घर पहुंचकर उनकी दादी प्यार से रो पड़ीं कि उनकी पोती कीर्ति उनके घर आ गई हो। तब केवल चरण ही स्वीकार करता है कि कीर्ति है और कीर्ति स्वीकार करती है कि वह चरण हो। दोनों को प्यार का स्वभाव बहुत अच्छा लगता है और वे आठ साल पहले एक साथ मिले थे।

फिर चरण को कीर्ति से प्यार हो गया। चरण ने पीछा किया और कीर्ति का पीछा किया। और एक भक्ति अवसर पर, कीर्ति बाराथानाट्यिुम को खूबसूरती से नृत्य कर रही थी, जिसे चरण ने दूर से देखा है, और उसने कल्पना की कि वह कीर्ति के साथ नृत्य कर रहा था। और अंत में, उसने कीर्ति को प्रस्ताव दिया, और उसने प्रस्ताव स्वीकार कर लिया।

फिर उन्होंने हर एक मिनट में अपने जीवन का आनंद लिया। एक अच्छे दिन, वे मिले और बात की। लेकिनि फिर भी, चरण को संदेह है कि हर गर्मी के अवसर पर कीर्ति यहां

क्यों आ रही हो ताकि वह उसे स्पष्ट करना चाहता हो उसने बस इतना कहा कि इस क्षेत्र से परे जादू हैं और हर साल वह इस क्षेत्र में अधिकतम मात्रा में जादू खोजने की कोशिश करती हो, लेकिन हर साल वह इस जादू की तलाश में अपना समय बर्बाद करती हो अब तक उसे जादू नहीं मिला। इसलिए उसने उससे इस क्षेत्र से परे जादू खोजने में मदद करने का अनुरोध किया। उस दूसरे चरण से चरण उसके लिए एक पर्यटक गाइड के रूप में कार्य करता हो। वह और वह झील बोटिंग, साइकलिंग, ब्रेड ऑमलेट खाने, मंदिरों, चर्चों, मस्जिदों, वनस्पति उद्यानों, होममेड चॉकलेट्स, कैम्प फायर, लॉन्ग ड्राइव-इन बाइक्स आदि जैसी जगहों पर गए, लेकिन कुछ भी काम नहीं किया।

उस रात उसे नींद नहीं आई और उसने जादू के बारे में सोचा। उन्होंने पुस्तकों, समाचार पत्रों, लेखों, टीवी चैनलों आदि का उल्लेख किया। लेकिन यह काम नहीं किया। उसने भी ऐसा ही किया और बहुत कुछ रेफर किया, लेकिन यह भी काम नहीं आया। इसलिए उन्होंने अपनी मां, दोस्तों और लोगों का जिक्र किया। यही काम कीर्ति ने अपनी दादी, रिश्तेदारों, दोस्तों, परिवार आदि से पूछकर भी किया। लेकिन लोगों के विचार उनके काम नहीं आए। तो यह विफल रहा।

एक खामोश रात में चरण सो रहा था। गड़गड़ाहट की एक रोशनी ने उसकी आंख को जगा दिया, और गड़गड़ाहट की आवाज ने उसके डर और दिमाग को जगा दिया। अचानक वह उठा और तड़के 3:43 बजे उसे एक विचार आया। उन्होंने लेखों में एक विचार खोजा और योजना प्राप्त की।

अगले दिन उसने कीर्ति को फोन करके जगह दिखाने के लिए बुलाया। कीर्ति तैयार होकर गलियारे में तैयार होकर उसका इंतजार कर रही थी। अंत में, वह आया और एक कपड़े से उसकी आँखें बंद करके उसे उठा लिया। और एक लंबा सफर तय किया और आखिरकार, मंजिल आ ही गई। धीरे-धीरे चरण ने अपनी आँखें खोली और स्तंभ चट्टानों से कोडाइकनाल का दृश्य दिखाया। कीर्ति अवाक रह गई जब उसके फेफड़ों से सांस ली गई ताजगी महसूस हुई जब उसके पैर जमीन को छूते थे तो वह कांप जाती थी जब उसकी आँखें उस दृश्य को देखकर उसके आंसू सिकोड़ती थी जब उसका कान पक्षियों को उसकी भावनाओं को काटते हुए सुनता था तो प्यार में आ जाता था। वह रोई और चरण को गले लगा लिया। फिर उसने अपने शादी का प्रस्ताव रखा और उसने भी स्वीकार कर लिया। कीर्ति ने पूछा कि वह इस स्थान के बारे में कैसे जानता हो उन्होंने जवाब दिया कि उनकी मां और खुद बचपन में इस जगह पर आए थे।

2 साल पहले, चीकू थानस्सिका नाम की एक लडक़ी से प्यार करता था। लेकिन वह चीकू से सीनियर हौ उसने अपनी डिग्री पूरी की लेकिन उसने अपना आखिरी साल किया।

लेकिन उसके माता-पिता को शादी के लिए मजबूर किया गया था। लेकिन उन्होंने मंगेतर के प्रस्ताव को ठुकरा दिया। चीकू के बकाया के कारण वह चीकू की डिग्री तक इंतजार नहीं कर सकती। इसलिए उसने चीकू से नाता तोड़ लिया और अपने मंगेतर से शादी कर ली। चीकू हंसमुख किस्म का हौ, वह हमेशा किसी को हंसाता और हंसाता हौ इसलिए वह इसे भी अपने दोस्तों द्वारा मजाक के रूप में लेता हौ।

एक अच्छी शाम, चीकू चरण और कीर्ति होटल में थे। उसी समय चीकू का प्रेमी अपने पति और उसके बच्चे के साथ होटल में आया। चीकू अपने बच्चे से हैरान और शर्मिंदा थी। जब उन्होंने अपना परिचय दिया। इस दृश्य में सब कुछ ध्वस्त हो जाता हौ बच्चे ने चीकू को धक्का दिया, और वह मेज पर गिर गया, उसके पास वेटर ने गर्म पानी के जग को धक्का दिया, गड. एक मोटी महिला में गिर गया और उसके पास गड. फेंक दिया लेकिन उसने गलत लक्ष्य रखा और दूसरे व्यवसायी को मारा और उसने उन्हें दूसरे को फेंक दिया ग्राहक और दूसरे आदमी को मारा और चला गया। और अंत में, मालिक ने उस कृत्य को रोक दिया, लेकिन उस जग ने फिर से मालिक को मारा और इस पैरोडी लडा़ई को समाप्त कर दिया। सभी सकुशल अपने घर लौट गए।

अगले दिन, कीर्ति दुखी थी क्योंकि उसके माता-पिता भी एक मंगेतर की तलाश कर रहे थे, इसलिए उसने चरण को उससे मिलने के लिए बुलाया। जब उसने यह खबर दी तो वह परेशान हो गया। फिर उसने मुझसे कहा कि इसे हल करने का एक ही उपाय हौ। समाधान यह हौ कि चरण अपने पति से बात करना चाहता हौ कि वह उससे शादी करना चाहता हौ। लेकिन उसे अपनी मां से डर लगता हौ ताकि उसने मना कर दिया। उसने और बार अनुरोध किया लेकिन उसने इनकार कर दिया। ताकि उन्होंने चरण से ब्रेकअप कर लिया। चरण डिप्रेशन में था। गफूर ने उसे सलाह दी लेकिन बात नहीं बनी। चीकू ने उसे सलाह दी कि "तुम्हें लगता हौ कि मैं बहुत खुश हो रहा हूँ लेकिन असल बात यह हौ कि मैं दिल में रो रहा हूँ, हर मिनट में थानस्सिका के बारे में सोच रहा हूँ जब मैं उससे होटल में मिला, तो मैं थानस्सिका से शर्मिंदा था। और फिर भी, अब मैं उससे प्यार करता हूं और वह अब तक मुझसे प्यार करती हौ क्योंकि जब मैंने उसकी आंखों को देखा तो वही प्यार अभी भी था। मैं प्यार में अपना मौका खो देता हूं लेकिन अगर आपको लगता हौ कि आप बदलाव कर सकते हौ।"

जब उसने ये शब्द सुना तो वह अपने घर गया और अपनी माँ से चिल्लाया "तुम उसे आज़ादी क्यों नहीं दे रहे हो"। जब तक वह अपने पति के बारे में बुरी तरह से बात नहीं करता तब तक उसकी माँ शांत और शांत रही हो तब उसकी माँ उसे उसके पति के बारे में बताती हो।

25 साल पहले, चरण की माँ झील के पास एक स्ट्रीट म्यूज़िशियन और टूरिस्ट गाइड हो एक दिन, पल्लवी एक सुंदर गीत गाती हो उसके पास, भारतीय सैन्य सैनिकों की एक बंच यात्रा हो। उस समूह में, अबीशक के नाम के एक सैन्य जनरल ने गीत सुना और उसकी भावनाओं को आँसुओं में पघिला दिया। गाना खत्म होने के बाद सभी ने उनकी तारीफ की और अपना काम करने चले गए। फिर उन्होंने अपना परिचय दिया। और अपने जीवन के बारे में बात करता है और वह एक संगीतकार भी है लेकिन अपनी गरीबी के कारण, उसने अपने संगीत करैयिर को त्याग दिया और सैन्य स्कूल का नेतृत्व किया क्योंकि भोजन, शिक्षा और पोशाक मुफ्त हो इसलिए वह वहां शामिल हो गए। फिर उसने उससे अनुरोध किया कि वह उसे कोडाइकनाल का एक टूर गाइड दे। पैसे की खातिर, उसने स्वीकार कर लिया।

अगले दिन, वह और वह झील बोटिंग, साइकलिंग, ब्रेड ऑमलेट खाने, मंदिरों, चर्चों, मस्जिदों, वनस्पति उद्यानों, घर में बनी चॉकलेट, कैम्प फायर आदि जैसी और जगहों पर गए।

अगले दिन, वह आया और एक कपड़े से उसकी आँखें बंद करके उसे उठा लिया। और एक लंबा सफर तय किया और आखिरिकार, मंजिल आ ही गई। धीरे-धीरे अभिषिक ने अपनी आँखें खोलीं और स्तंभ चट्टानों से कोडाइकनाल का दृश्य दिखाया। पल्लवी अवाक थी जब उसके फेफडों से सांस ली गई ताजगी महसूस हुई जब उसके पैर जमीन को छूते थे तो वह कांप जाती थी जब उसकी आँखें उस दृश्य को देखकर उसके आँसू सिकोड़ती थीं जब उसका कान पक्षियों को चीरते हुए उसकी भावनाओं को सुनता था तो प्यार में आ जाता था। वह रोई और चरण को गले लगा लिया। फिर उसने अपने विवाह प्रस्ताव का प्रस्ताव रखा और उसने भी स्वीकार कर लिया और सफलतापूर्वक शादी कर ली। वहीं से इसकी शुरुआत हुई।

जब वो प्रेग्नेंसी के लास्ट स्टेज में थी। अभिषिक ने भारतीय सीमा पर काम किया है, अपने बच्चे की डिलीवरी से पहले, वह सीमाओं के बीच लड़ने के लिए चला गया। तो उसने वादा करने के लिए कहा कि जब तक वह नहीं आएगा, इस बच्चे को उसके बारे में पता नहीं चलेगा। उसने यह भी वादा किया था। इस कारण से, केवल उसने उसे अपने

पति के बारे में उसके बेटे को नहीं बताया। जब वह जाता है, तो उसने उसे आधा पयानो गीत सिखाया, और दूसरा आधा पयानो गीत उसे ज्ञात था। ताकि प्रेम को व्यक्त करने के लिए संगीतमय रूप से संरचित किया जा सके।

एक साल बाद भी वह अपने घर नहीं आया। उसकी तलाश में वह अपने बेटे को पड़ोसी के घर छोड़ गई। वह उसकी तलाश में चेन्नई मिलिट्री स्टेशन गई थी। लेकिन उसी समय वह अपने बच्चे और पत्नी को देखने कोडाइकनाल गए। लेकिन दुर्भाग्य दुःख देता है, दोनों अलग-अलग शहरों में अपनी तलाश में हैं।
उनमें से प्रत्येक ने सोचा कि उन्होंने उन्हें खो दिया है।

तो उस दिन से मैं उसका इंतजार कर रहा था। चरण अपनी जांघ पर लेटकर और विश्वास में उसका हाथ पकड़कर रो रहा था। तो फिर उसे एहसास हुआ कि अगर उसने उस दिन का इंतजार किया तो चरण का एक पति होगा, यह समस्या उसके धैर्य की कमी के कारण शुरू हुई।

चरण की अपने पति को देखने की इच्छा है इसलिए उसकी माँ ने भी उसे उसके पति के बारे में जानकारी इकट्ठा करने के लिए उसके दोस्तों का पता देकर उसकी मदद की।

अगले दिन, कीर्ति चेन्नई में अपने रहने वाले शहर जा रही है। दादी बहुत रो रही थी क्योंकि उसकी पोती अपने शहर जा रही है। चरण ने उससे सॉरी का अनुरोध किया, लेकिन उसने सॉरी स्वीकार नहीं किया। फिर वह कोडाइकनाल से चली गई।

एक सप्ताह के बाद, उन्होंने किताबों, समाचार पत्रों, लेखों, टीवी चैनलों आदि में सैन्य जनरल अभिषेक की खोज की। फिर उन्होंने अपने पति के दोस्तों से मिल कर जानकारी और पता एकत्र करने का विचार किया। तो वह मैकेनिक गफूर उसके घर आया और उसे उसके पति को खोजने के लिए एक बाइक दी। इसी मदद के लिए उन्होंने गफूर को गले लगाया। और कई लोगों ने चरण को कुछ पैसे दिए। और चरण एक वादा करता है कि वह अपने पति को ढूंढेगा और उनके साथ रहेगा। उसने आखिरकार सभी से कहा कि वह अपने पति को खोजने जा रहा है।

हिल स्टेशन से बाहर जाने के बाद उन्हें अपने लंबे सफर के सफर की याद आ रही थी। उन्होंने अपने जीवन के हर मील के मील के पत्थर के बारे में सोचा। उसने अपनी समस्याओं के बारे में सोचा और अपने दिल से उसका समाधान पाया।

फिर अंत में, चरण अपने पति को खोजने के लिए चेन्नई पहुंचे। चरण के पास अपने पति के जत्थे की तस्वीर, अपने पति के दोस्तों का पता, पानी से भरी बोतल, अपनी माँ

की तस्वीर, पहनने के लिए कुछ कपड़े, और लोगों से कुछ पैसे हों। उसके पिता के दस दोस्त हों।

चरण अपने पिता के पहले मित्र से मिलने गया। वह अपने पिता के बारे में पूछता है और उसे बताता है कि उसके पिता दो हफ़्ते पहले रह चुके हैं, और उसने कहा कि वह अपने दूसरे दोस्त के घर रहने जा रहा है। चरण अपनी पत्नी के बारे में पूछता है, तो उसने जवाब दिया कि तीन महीने पहले, वह एक छोटी सी लड़ाई के कारण चली गई है।

चरण अपने पिता के दूसरे मित्र से मिलने गया। वह अपने पिता के बारे में पूछता है और उसे बताता है कि उसके पिता दो हफ़्ते पहले रह चुके हैं, और उसने कहा कि वह अपने तीसरे दोस्त के घर रहने जा रहा है। चरण अपने माता-पिता के बारे में पूछता है, तो उसने जवाब दिया कि चार महीने पहले, वे उसकी पत्नी की वजह से चले गए हैं।

चरण अपने पिता के तीसरे मित्र से मिलने गया। वह अपने पिता के बारे में पूछता है और उसे बताता है कि उसके पिता दो हफ़्ते पहले रह चुके हैं, और उसने कहा कि वह अपने चौथे दोस्त के घर रहने जा रहा है। चरण ने अपनी शराब पीने की लत के बारे में पूछा, तो उसने जवाब दिया कि तीन महीने पहले, वह पदक पाने की उसकी महत्वाकांक्षा थी, लेकिन वह सेवानिवृत्त हो गया था।

चरण अपने पिता के चौथे मित्र से मिलने गया। वह अपने पिता के बारे में पूछता है और उसे बताता है कि उसके पिता दो हफ़्ते पहले रह चुके हैं, और उसने कहा कि वह अपने पांचवें दोस्त के घर रहने जा रहा है। चरण ने अपने दुख के बारे में पूछा, तो उन्होंने जवाब दिया कि तीन हफ़्ते पहले, उनकी गोपनीयता किसी अन्य व्यक्ति द्वारा हैक की गई थी।

चरण अपने पिता के पांचवें मित्र से मिलने गया। जब उसने दरवाजा खटखटाया, तो प्रिया नाम की एक नौ साल की लड़की ने दरवाजा खोला और अपने पिता के बारे में पूछी। फिर चरण ने कुछ खाना बनाकर प्रिया की मदद की। चरण अपने पिता के बारे में पूछता है, उसने जवाब दिया कि तीन हफ़्ते पहले, उसने एक ऋण मामले के कारण गिरफ्तार किया है, ऋण को उसकी स्कूल फीस के रूप में भुगतान किया गया था। चरण अपनी माँ के बारे में पूछता है, और प्रिया ने उत्तर दिया कि जब प्रिया का जन्म हुआ तो उसकी माँ की मृत्यु हो गई। वह अपने पिता के बारे में पूछता है और उसे बताता है कि उसके पिता दो हफ़्ते पहले रह चुके हैं, और उसने कहा कि वह अपने छठे दोस्त के घर रहने जा रहा है।

चरण अपना आपा और धैर्य खो देता है, लेकिन उसकी माँ के शब्द "यह समस्या उसके धैर्य के नुकसान के कारण शुरू हुई।" इसलिए रात हो गई है और प्रिया के घर में रुकी हुई है। वह सोचता है कि उसके पति ने ये बेवकूफी भरी बातें क्यों की। वह जानता है कि उसके पति उसे कुछ बता रहे है।

अगले दिन, वह अपने पति के और पांच दोस्तों से मिलने के लिए तैयार हुआ। चरण के साथ प्रिया भी उनके साथ जाने को तैयार हो गई।

चरण अपने पति के छठे मित्र से मिलने गया। वह अपने पति के बारे में पूछता है और उसे बताता है कि उसके पति एक सप्ताह पहले रह चुके है, और उसने कहा कि वह अपने सातवें दोस्त के घर रहने जा रहा है। चरण अपने दादा-दादी के बारे में पूछता है, तो उसने जवाब दिया कि तीन महीने पहले, वे मर चुके है।

चरण अपने पति के सातवें मित्र से मिलने गया। वह अपने पति के बारे में पूछता है और उसे बताता है कि उसके पति एक सप्ताह पहले रह चुके है, और उसने कहा कि वह अपने आठवें दोस्त के घर रहने जा रहा है। चरण अपने घर के बारे में पूछता है, तो उसने जवाब दिया कि तीन महीने पहले, घर बेचा गया है क्योंकि इससे उसे दुर्भाग्य का झटका लगता है।

प्रिया अपना आपा और धैर्य खो देती है, इसलिए वह बताती है कि वे उसके पास क्यों जा सकते थे लेकिन उसने अपनी माँ से कहा कि यह सब उसके धैर्य की कमी के कारण शुरू हुआ। तो यह एक विश्वास देता है कि उसके पति मिल सकते है।

चरण अपने पति के आठवें मित्र से मिलने गया। वह अपने पति के बारे में पूछता है और उसे बताता है कि उसके पति एक सप्ताह पहले रह चुके है, और उसने कहा कि वह अपने नौवें दोस्त के घर रहने जा रहा है। चरण अपनी बहन के बारे में पूछता है, उसने जवाब दिया कि तीन महीने पहले, वह चली गई क्योंकि वह एक लडक़े से प्यार करती थी।

चरण अपने पति के नौवें मित्र से मिलने गया। जब उसने दरवाजा खटखटाया, तो कीर्ति ने दरवाजा खोला और उसे देखकर चौंक गई, उसकी आंखो में आंसू है लेकिन उसने आंसुओं को नियंत्रित किया। चरण ने सोचा कि यह कीर्ति के लिए अपने अत्यधिक प्रेम को कहने का क्षण है, इसलिए उसने अपने पति से अपना प्यार कहा, पहले उसके पति ने उसे गुस्से में थप्पड़ मारा और चरण शांत हो गया और उसके पति को मना लिया, फिर उसके पति ने स्वीकार कर लिया। वह अपने पति के बारे में पूछता है और उसे बताता है कि उसके पति पांच दिन पहले रहे थे, और उसने कहा कि वह अपने दसवें

दोस्त के घर रहने जा रहा है। चरण ने अपने दसवें दोस्त के बारे में पूछा, तो उसने जवाब दिया कि उसने उसे धोखा दिया है।

चरण अपने पति के दसवें मित्र से मिलने गया। वह अपने पति के बारे में पूछता है और उसे बताता है कि उसके पति तीन दिन पहले रह चुके हैं, और उसने कहा कि वह अपने घर गया था। चरण इतना खुश हुआ कि आखिरकार उसे अपने पति का पता मिल गया। चरण अपने अपराध के बारे में पूछता है, उसने जवाब दिया कि उसने अपने दोस्त को धोखा दिया है।

अंत में अपने पति को देखकर चरण खुश होता है। आखिरि उन्हें अपने पति के घर का पता मिल ही गया। चरण और प्रिया अपने पति के घर गए। उसने देखा कि सभी यादें तस्वीरों के रूप में चुनी गई थीं और दीवारों पर टंगी थीं। उसने अपने पति और माँ की युवा तस्वीरें देखीं और फूट-फूट कर रोने लगा। वह अपने पति की तलाश कर रहा था लेकिन कोई दूसरा नहीं गया। पास के एक कमरे में आवाज सुनाई दी। आवाज उनकी माँ की आवाज थी। उसने कमरे की ओर लंबा कदम बढ़ाया। धूल से भरा एक पुराना रेडियो है। इसके तहत एक छोटा विजिटिंग कार्ड होता है। उस विजिटिंग कार्ड में लिखित प्रारूप में एक पता होता है। चरण और प्रिया पते पर गए।

वहां उन्होंने उसके पति की तलाश की। आखिरि में एक बूढ़ा आदमी पत्थर की बेंच पर बैठा है। धीरे-धीरे चरण अपने पति की तलाश में बूढ़े व्यक्ति की ओर बढ़ता है। उसने बूढ़े को अपने पति का नाम पुकारा। "अबीशेक!" उन्होंने कहा। प्रिया अपने पति बनने की प्रतीक्षा कर रही थी क्योंकि चरण ने अपने पति को खोजने के लिए और अधिक प्रयास किए। इसलिए वह चाहती है कि उसे उसका पुरस्कार मिले। सौभाग्य से उन्हें अपने पति के बारे में पता चला। उनके पति ने अपना सिर 90 डिग्री तक घुमाया, उनके होंठ सामान्य तरीके से मुस्कुराए, और "चरण .." नाम कहा और उनके पति की दाहिनी आंख से एक छोटा सा आंसू निकला। चरण ने पुकारा, फूट-फूट कर रोया और अपना सिर अपने पति के घुटनों पर रख दिया। वह बहुत रोया और अपनी माँ के 25 साल से पीछे रहने के बारे में कहा। उन्होंने कहा कि उनके पति की वजह से उनकी दैनिक समस्याओं का सामना करना पड़ता था।

इस सीन के बाद चरण पूछते हैं कि उनके पति इतने सालों तक यहां क्यों रहे। चरण उससे पूछता है कि अपने करीबी दोस्त के घरों में क्यों घूम रहा है और अपने घर में क्यों नहीं रह रहा है। चरण अपने पति से बहुत सारे प्रश्न पूछता है लेकिन उसके पति द्वारा चुप्पी बनाए रखी जाती है। उनके पति ने कहा, "क्या यह खत्म हो गया? कोई अन्य

प्रश्न। आपने अपनी बात समाप्त कर दी। मैं आपको अपने उत्तर बताता हूं मैं एक कठिन काम में था, यह नौकरी नहीं है, लेकिन यह है सेना, राष्ट्र और देशभक्ति मुझे चुनो। मैंने सैन्य बैकअप में बहुत अच्छा काम किया है इसलिए मेरे वरिष्ठ प्रमुख मेरे लिए दूसरों की तुलना में अधिक सम्मान करते हैं जब मैं कोडाईकनाल आया, तो मैं अपनी पत्नी की आवाज पर गिर गया। फिर उसके बाद, मैंने सोचा कि मैं अनाथ नहीं हूं, अब मेरे पास अपना परिवार बनाने का मौका है इसलिए मैंने सेना में नौकरी से इस्तीफा देने और आपकी मां के साथ बसने का फैसला किया। लेकिन देश के प्रति देशभक्ति ने मुझे राष्ट्र के प्रति अपने कर्तव्य को न छोड़ने की सलाह दी। इसलिए मैंने इसे जारी रखा। वरिष्ठ प्रमुख ड्यूटी न छोड़ने के लिए इतने अड़े थे। एक तत्काल सीमा पर हमला देश पर आया 'लोंगेवाला की लड़ाई'। तो सीमाओं के पास पूरी तरह से 120 सैनिक, लेकिन पाकिस्तान में, लगभग 2000 से 3000 हैं सैनिकों तो सबसे वरिष्ठ कर्नल ने अन्य सैनिकों को युद्ध में भाग लेने के लिए कहा, उनमें से अधिकांश ने इसे भी मना कर दिया, लेकिन सीनियर चीफ ने मेरा ब्रेनवॉश किया, इसलिए मैंने शर्तें स्वीकार कर ली। लड़ाई के बाद, हमारे देश ने जीत हासिल की। इस घटना के बाद मैंने आपसे और आपकी मां से मिलने की इजाजत मांगी। मैंने सोचा कि अचानक तुम्हारी मां से मिलूं, लेकिन जब मैं कोडाइकनाल पहुँचा तो तुम और तुम्हारी मां वहां नहीं थे। मैंने यथासंभव विवरण एकत्र किया। लेकिन आपके और आपकी मां के बारे में कोई जानकारी नहीं है। लोंगेवाला की इकलौती लड़ाई ने युद्ध नहीं पूरा किया। भारत-पाकिस्तान युद्ध जारी है, उस युद्ध में मेरी प्रमुख भूमिका थी। मैं आपको किसी भी समय देख सकता हूं लेकिन मैं किसी भी समय राष्ट्र को नहीं देख सकता। इसलिए मैं युद्ध, एक और युद्ध, एक और युद्ध, एक और युद्ध, इत्यादि के विरुद्ध लड़ा। मैंने युद्ध में उपयोग किए जाने वाले अधिक स्टैटेक्सि के बारे में जानकारी दी। लेकिन मैंने आपके और उस जीवन के बारे में कुछ नहीं सीखा जिसमें मैं संघर्ष कर रहा हूं हर दिन देश का स्वास्थ्य बढ़ता है और मेरे अंदर देशभक्ति बढ़ती है लेकिन मैंने अपनी प्यारी पत्नी के खिलाफ अपना प्यार खो दिया। जितना अधिक मैंने सीखा, उतना ही मुझे पदोन्नति मिली। अंत में, मैं 54 वर्ष की आयु में सेवानिवृत्त हुआ (कर्नल-रैंक का अधिकारी)। मैंने आपके चेहरे और आपकी मां के चेहरे को देखने की पूरी कोशिश की लेकिन मैं नहीं कर सका। अंत में, मुझे आपको देखने का अवसर मिला, लेकिन मैं आपको किस चेहरे से देख सकता हूं मेरी वजह से तुम अपना बचपन खो दोगे। मैं कोडाइकनाल आया था। और यहां तक कि मैंने तुम्हें और तुम्हारी मां को भी देखा। लेकिन मैं तुम्हें नहीं बता सकता क्योंकि मैं तुम्हारा पति हूं और तुम मेरी

पत्नी हो क्योंकि मेरी पत्नी ने तुमसे कहा था कि मैं मर चुका हूं या कोई अन्य कारण। तो मैंने सोचा कि तुम मेरे बिना अपने जीवन का आनंद ले रहे होगे। अगर मैंने तुमसे यह कहा, तो तुम किसी भी तरह से मुझसे नाराज होओगे। तो मैं आगे बढ़ा, बारिश के साथ आँसू बहा रहा था। और अपने पहले दोस्त के घर गया और गर्मजोशी से मेरा स्वागत किया। उन्होंने मुझे एक दिन के लिए यहां रहने के लिए कॉफी दी और मैंने उनसे उनके परिवार के बारे में पूछा, उन्होंने जवाब दिया कि तीन महीने पहले, वह एक छोटी सी लड़ाई के कारण चली गई थी। ताकि मैं समझ सकूं कि भगवान ने मुझे राष्ट्र को बचाने के लिए भेजा हैं, भगवान ने मुझे अब मेरे दोस्त के परिवारों में बदलाव करने के लिए भेजा है। समस्या का विश्लेषण करने और परिवर्तन करने के लिए लेकिन मैं यह नहीं कर सकता भगवान ने मुझे देश को शांति बनाने का मौका दिया, अब मुझे किसी ऐसे व्यक्ति को मौका देना चाहिए जिस पर मैं भरोसा कर सकूं मेरी पसंद में से केवल एक तुम हो। 'अब तुम मेरे बेटे को साबित करो कि तुम मेरे बेटे हो। आइए समस्या का विश्लेषण करें और वही करें जो आपका दिल कहता है और अपने समाधान का विश्लेषण करें इसे शीघ्रता से करें' पहली बार मैं आपसे 'द सॉरी' कहने जा रहा हूं"

चरण स्थिति को नहीं जानता और इसे समझता है। वह कुछ देर सोचता है कि क्या किया जाए। वह और तरीकों के बारे में सोचता है लेकिन उसे इस बात का डर रहता है कि वे असफल होंगे या नहीं। अंत में, उन्होंने ऑल इंडिया रेडियो एफएम सुनने वाले लोगों के लिए एक विचार का फैसला किया। उन्होंने जनता से उनकी समस्याओं के बारे में बात करने और उनकी समस्याओं का समाधान खोजने की सोची।

अगले दिन चरण और उनके पिता अनुमति मांगने के लिए अखिल भारतीय रेडियो स्टेशन गए। लेकिन मैनेजर उन्हें बात करने के लिए नहीं छोड़ रहे हो इसलिए उन्होंने अनुमति मांगने के लिए वरिष्ठ प्रमुख को बुलाया। प्रबंधक ने रेडियो टॉक एडवाइजरी की अनुमति दी।

चरण बात करने में थोड़ा घबराया हुआ था, लेकिन उसने अपने स्तर पर डर को नियंत्रित करने की पूरी कोशिश की। प्रिया चरण को ऐसा करने के लिए प्रोत्साहित कर रही थी। चरण रेडियो बूथ पर गया। उसके सिर पर हेडफोन लगाओ। माइक चालू थे, और अंत में, वह बोलता है। उन्होंने कहा "मैं चरण हूं, आज मैं आपके सामने आने वाली दैनिक समस्याओं के बारे में बात करने जा रहा हूं हर किसी को किसी न किसी जगह, किसी व्यक्ति, किसी नौकरी, किसी प्रकार की चीजों का डर है, ठीक है। आप दूसरों से अलग हो। आप मान लीजिए किसी चीज की कीमत के बारे में पूछना हो लेकिन किसी

चीज के मूल्य के बारे में नहीं। आप घड़ी खरीद सकते हैं लेकिन समय नहीं। आप एक घर खरीद सकते हैं जो घर जितना आरामदायक नहीं हो। आप भोजन का एक हिस्सा खरीद सकते हैं लेकिन स्वाद नहीं। ठीक हो। आप एक किताब खरीद सकते हैं लेकिन कहानी नहीं। मूल्य मूल्य से अलग हो लेकिन वैसे भी आप एक व्यक्ति को भी नहीं खरीद सकते। सुबह से रात तक आप विभिन्न समस्याओं का सामना करते हैं, और वे समस्याएं उन प्यारे लोगों को दिखाई देती हैं जो परवाह करते हैं आपके लिए, यह आपकी मा, आपके पिता, आपकी पत्नी, आपका दोस्त, आपका पालतू कोई भी हो सकता हो। लेकिन अगर आप उनकी स्थिति के बारे में सोचते हैं, तो आप क्या करेंगे। एक बड़ा प्रश्न चिह्न। ठीक हो, एक काम करते हो। हर छोटी बात किसी कारण से होती हो जो घटना के उद्देश्य को समझता है और उसके अनुसार कार्य करता है, और वापस लड़ता है आगे बढ़ता हो। परिस्थितियों को दोष देना आसान हो लेकिन दोष स्वीकार करना कठिन हो। आप एक व्यक्ति, एक चीज, एक जानवर, समय, पोशाक, घर, भोजन आदि को दोष देते हैं, लेकिन आपने अपनी गलतियों को स्वीकार नहीं किया। हालांकि यह कठिन हो, आप इसे नियंत्रित करने के लिए अपने स्तर पर पूरी कोशिश कर सकते हो। अपनी मा के बारे में सोचो जहां वह तुम्हारा इंतजार कर रही हो। अपने पिता के बारे में सोचें जहां वह आपका इंतजार कर रहे हो। अपनी पत्नी के बारे में सोचें कि वह कहां आपका इंतजार कर रही हो। अपने भाई-बहनों के बारे में सोचें जहां वे आपका इंतजार कर रहे हो। अपने पालतू जानवर के बारे में सोचें जहां वह आपका इंतजार कर रहा हो। आपके लिए सब कुछ हैं लेकिन आप इसका ठीक से उपयोग नहीं कर रहे हो। तुम्हारी मा इंतजार नहीं कर रही हैं कि तुम सकुशल आ रहे हो या नहीं। आपके पिता आपके वेतन की प्रतीक्षा नहीं कर रहे हो। आपके भाई-बहन आपके उपहारों की प्रतीक्षा नहीं कर रहे हो। आपकी पत्नी इस बात का इंतजार नहीं कर रही है कि आप अपना दोपहर का भोजन अच्छी तरह से खाते हैं या नहीं। आपका पालतू आपके साथ खेलने का इंतजार नहीं कर रहा हो। सभी को आपके प्यार और समर्थन का इंतजार हो। ये उदाहरण प्रेम का एक अंश मात्र हो। यह प्यार नहीं हो। और वे आपके प्यार की उम्मीद कर रहे हो। लेकिन कुछ लोग क्या कर रहे हो। वे अपने दैनिक दिनिचर्या में तनाव, तनाव और अवसाद रखते हैं और प्यारे लोगों को अपना कड़वा, क्रोध दिखाते हो। यह रिश्तों के एक टूटे हुए राष्ट्र की ओर जाता हो। प्यारे लोग लगभग इतने घंटे आपका इंतजार करते हो। यदि आप उनकी पुरानी यादों को नहीं समझते हैं और जो कुछ भी आपका अवचेतन सोचता है, वह उन्हें भावनात्मक रूप से आहत करता हो। कृपया अपना क्रोध अपने प्यारे प्राणियों पर न दिखाएं। रात के आसमान में

तारे ज्यादा होते हैं, लेकिन हर कोई चांद की बात करता हौ आपको धन्यवाद।"

इसे 5 करोड़ लोग सुन रहे थे। जिसने भी सुना वह उस पल रो रहा था। यहां तक कि कुछ दुकानों ने छुट्टी दे दी और सभी ने अपने घर की ओर देखा और सभी ने अपनी समस्याओं को साझा कर समाधान प्राप्त कयिा। अबीशेक के 10 दोस्त भी अपने खोए हुए रिश्तों को पा रहे थे और सभी खुश थे। इस घटना की उम्मीद अबीशेक ने की थी। प्रयिा के पति को छोड़ दयिा गया और उन्होंने एक-दूसरे को गले लगाया। और 10 दोस्त चरण को भावुक भाषण के लिए धन्यवाद दे रहे हैं। कीर्ति ने चरण को गले लगाया। उनके पति को उनके पुत्र होने पर बहुत गर्व था और उन्होंने चरण से कहा "मैं उसकी शादी कर दूंगा, चतिा मत करो।"। अबीशेक एक कोने में रो रहा था और उसने चरण को अपनी प्यारी पत्नी को देखने के लिए कहा। चरण सभी को अलविदा कहता है और अपने पति के साथ यात्रा करता है।

वह कोडाइकनाल पहुंचे। दव्यि नगरी के स्वर्ग नगर में सब प्रसन्न थे। सभी ने चरण और उनके पति का स्वागत कयिा। उनके पति ने 20 से अधिक वर्षों तक हुए हर पल को देखा। वह अपनी प्यारी पत्नी की यादों को याद कर रहे हैं। चीकू चरण के पास आया और एक दूसरे को गले लगा लयिा। गफूर उसके पास आया और एक दूसरे को गले लगा लयिा। और अंत में, गफूर दव्यि नगरी के लोगों से सच कहता है। उसने कहा "मैंने जाना नाम की एक ईसाई महलिा से शादी की। उसने मेरे साथ यांत्रिकी का अध्ययन कयिा। और मुझसे शादी की। मुझे कम वेतन मलिने के कारण मैं उसकी देखभाल नहीं कर सकता। उसके लिए, उसने मुझे अकेला छोड़ दयिा। एक अच्छा दनि उनका परविार उसे ले गया और उस समय दूसरे लड़के से शादी कर ली, उसने नहीं छोड़ा क्योंकि मुझे अपनी बेटी के साथ 10 गुना अधिक प्यार और समर्थन हौ इसलिए मैं अल्लाह से प्रार्थना करता हूं कि वह मुझे और मेरी बेटी को बचाए। उसी समय आशकि ने गफूर को गले लगाया और माफी मांगी उसो हर कोई बहुत खुश था। केवल मुस्कान के संकेत और हंसी के क्षण आए।

अंत में, अभषिकि अपनी पत्नी को देखने जा रहा था। वह थोड़ा कड़वाहट में था लेकिन अब उसके पास युद्धों से ज्यादा हम्मित हौ जब उसने घर में प्रवेश कयिा, तो छोटे-छोटे मधुर पयिानो संगीत का एक टुकड़ा उठ रहा था। पल्लवी आधा पयिानो गाना गा रही थी जिसे अबीशेक ने पहले के दृश्य में सखिाया था। और अंत में, वे दोनों एक साथ गाना गाते हैं और दृश्य में हर कोई फूट-फूट कर रो रहा था।

एक साल बाद चरण और कीर्तन ने शादी कर ली। और एक नर बच्चे का जन्म हुआ। कीर्तन ने की एक ऐसी गलती जो चरण की यादों को भी भूल जाती है। इसलिए वह 4 साल के लिए लंदन में FRCS डिग्री के लिए आवेदन करती है। इसलिए उसने अपने पति और बच्चे को कोडईकनाल में छोड़ दिया।

4 साल बाद 23 जुलाई 1996 को डिग्री पूरी कर कोडाईकनाल लौट रही थी। चरण कोडईकनाल रेलवे स्टेशन पर इंतजार कर रहे थे और वहां कोई नहीं था। चरण छोटे सफेद बाल, एक औपचारिक पोशाक और एक पढ़ने के गिलास के साथ एक पत्थर की बेंच पर अकेला बैठा था। धीरे-धीरे एक छोटा सा हाथ उठा और चरण की जाँघों पर रख दिया। वह चरण का पुत्र संजय है। संजय को अपनी मां का बेसब्री से इंतजार है। संजय पूछता है "मां कब आएगी।" चरण ने जवाब दिया "कुछ मिनट रुको, वह आ रही है।" धीरे-धीरे ट्रेन आ गई है। कीर्तन रेलवे स्टेशन पर कदम रखते ही बड़ी हो गई थी और संजय के बढ़ने से हैरान थी। वह अवाक थी और एक दूसरे को गले लगा लिया और अंत में, संजय ने कहा: "मैं तुम्हारे लिए इंतजार कर रहा था मां, तुमसे प्यार करता हूँ" सब खत्म हो गया है।

शुक्रिया।

<u>नैतिक:</u> *रिश्ते तब तक उबाऊ होते हैं जब तक आप यह महसूस नहीं करते कि यह एक बंधन है।*

समाप्त.

# VI

# ಒಂದು ಕಾಯುವ ಪ್ರೀತಿ

ಒಂದಾನೊಂದು ಕಾಲದಲ್ಲಿ ಕೊಡೈಕೆನಾಲ್ ನಲ್ಲಿ ಚರಣ್ ಎಂಬ ಮಗು ಇತ್ತು. ಅವರಿಗೆ ಪಲ್ಲವಿ ಎಂಬ ತಾಯಿ ಇದ್ದಾರೆ. ಪಲ್ಲವಿ ಸಂಗೀತಗಾರ್ತಿ ಮತ್ತು ಅತ್ಯುತ್ತಮ ಗಾಯಕಿ. ಅವನು ತನ್ನ ಬಾಲ್ಯದ ದಿನಗಳನ್ನು ಆನಂದಿಸುತ್ತಿದ್ದನು. ಅವನು ಯಾವಾಗಲೂ ತನ್ನ ತಂದೆಯ ಬಗ್ಗೆ ಕೇಳುತ್ತಾನೆ ಏಕೆಂದರೆ ಅವನು ಹುಟ್ಟಿದಾಗ ಅವನ ತಾಯಿ ಮಾತ್ರ ಅವನನ್ನು ನೋಡಿಕೊಳ್ಳುತ್ತಾಳೆ. ಮತ್ತು ಇಲ್ಲಿಯವರೆಗೆ, ಅವನು ತನ್ನ ತಂದೆಯನ್ನು ನೋಡಿಲ್ಲ. ಆದರೆ ಅವನ ತಾಯಿ ಅವನ ತಂದೆಯ ಬಗ್ಗೆ ಹೇಳಲಿಲ್ಲ.

ಮತ್ತು ಶಾಲೆಯಲ್ಲಿ, ಪ್ರತಿ ಮಗುವಿಗೆ ತಮ್ಮ ಮಗುವನ್ನು ಬೀಳಿಸಲು ಮತ್ತು ತೆಗೆದುಕೊಳ್ಳಲು ಅವರ ತಂದೆ ಇರುತ್ತಾರೆ, ಆದು ಅವರಿಗೆ ಸ್ವಾಮ್ಯಸೂಚಕವಾಗಿರುತ್ತದೆ. ಆದ್ದರಿಂದ ಪ್ರತಿ ಮಗುವೂ ತನ್ನ ತಂದೆಯೊಂದಿಗೆ ಬರುತ್ತಾನೆ, ಆದರೆ ಅವನು ಮಾತ್ರ ತನ್ನ ತಾಯಿಯೊಂದಿಗೆ ಬರುತ್ತಾನೆ. ಆದುದರಿಂದ ಆ ದಿನದಿಂದ ಅವನು ತನ್ನ ತಂದೆಯನ್ನು ದ್ವೇಷಿಸುತ್ತಿದ್ದನು. ಅವರಿಗೆ ಚಿದಂಬರಂ ಎಂಬ ಸತ್ಯವಂತ ಗೆಳೆಯನಿದ್ದಾನೆ. ಚಿದಂಬರಂ ಅವರನ್ನು "ಚಿಕು" ಎಂದೂ ಕರೆಯುತ್ತಾರೆ.

ಪ್ರತಿ ಬೇಸಿಗೆ ರಜೆಯಲ್ಲಿ ಕೀರ್ತಿ ಎಂಬ ಅಜ್ಜಿ ಮನೆಗೆ ಹುಡುಗ ಬರುತ್ತಾಳೆ. ಅಜ್ಜಿಗೆ ಸೌಪರ್ಣಿಕಾ ಎಂದು ಹೆಸರಿಸಲಾಯಿತು.

ಆಚಾನಕ್ಕಾಗಿ ಒಂದು ಪವಾಡ ಸಂಭವಿಸುತ್ತದೆ, ಕೊಡೈಕೆನಾಲ್‌ಗೆ ಹೋಗುವ ಅರ್ಧದಾರಿಯ ಪ್ರಯಾಣದಲ್ಲಿ ಟೈರ್ ಪಂಕ್ಚರ್ ಆಗಿ ಬಸ್ ನಿಂತಿದೆ, ಆ ಸ್ಥಳದಲ್ಲಿ ಚರಣ್ ಇದ್ದನು. ಟೈರ್ ಪಂಕ್ಚರ್ ಆಗಿರುವುದನ್ನು ಕಂಡು ಆ ಊರಿನ ಮೆಕ್ಯಾನಿಕ್ ಬಳಿ ಟೈರ್ ನಲ್ಲಿ ಗಾಳಿ ತುಂಬಿಸುವಂತೆ ಮನವಿ ಮಾಡಿ ಬಸ್ ಗೆ ಸಹಾಯ ಮಾಡಿದರು. ಆ ಗಿರಿಧಾಮದಲ್ಲಿ, ಗಫೂರ್ ಒಬ್ಬನೇ ಪ್ರತಿಭಾವಂತ ಮೆಕ್ಯಾನಿಕ್, ಮತ್ತು ಅವನು ಬಡತನದಲ್ಲಿದ್ದಾನೆ ಮತ್ತು ಆಶಿಕ್ ಎಂಬ ಹೆಣ್ಣು ಮಗುವನ್ನು ಹೊಂದಿದ್ದಾನೆ. ಆಶಿಕ್ ತನ್ನ ತಂದೆಯ ಮೇಲೆ ಕೋಪಗೊಂಡಿದ್ದಾನೆ ಏಕೆಂದರೆ ಅವನು ತನ್ನ ತಾಯಿಯ ಬಗ್ಗೆ ಅವಳಿಗೆ ಹೇಳಲಿಲ್ಲ. ಮತ್ತು ಪ್ರತಿಯೊಬ್ಬರೂ ಚರಣ್ ಅವರಿಗೆ

ಧನ್ಯವಾದಗಳನ್ನು ಅರ್ಪಿಸಿದರು, ಇದನ್ನು ದೊಡ್ಡ ಜವಾಬ್ದಾರಿಯನ್ನಾಗಿ ಮಾಡಿ. ಆ ಬಸ್ಸಿನಲ್ಲಿ ಕೀರ್ತಿ ಕೂಡ ತಂಗಿದ್ದಳು. ಮತ್ತು ಅವಳು ಅವನಿಗೆ ಧನ್ಯವಾದ ಹೇಳಿದಳು ಮತ್ತು ಚರಣ್ ಮತ್ತು ಕೀರ್ತಿ ಒಳ್ಳೆಯ ಸ್ನೇಹಿತರಾದರು.

ಮತ್ತು ಪ್ರತಿ ವರ್ಷ, ಕೀರ್ತಿ ಅವನನ್ನು ಭೇಟಿಯಾಗಲು ಬರುತ್ತಾಳೆ. ಆದರೆ ಇದ್ದಕ್ಕಿದ್ದಂತೆ **9**ನೇ ತರಗತಿಯಿಂದ ಕಾಲೇಜಿಗೆ ರಜೆಯ ಮೇಲೆ ಬಂದಿರಲಿಲ್ಲ. ದಿನಗಳು ಕಳೆದಂತೆ ಅವಳ ನೆನಪುಗಳು ಅವನ ಹೃದಯದಲ್ಲಿ ಮರೆಯಾಗುತ್ತಿದ್ದವು. ಮತ್ತು ಅವನು ತನ್ನ ಶಾಲಾ ಮತ್ತು ಕಾಲೇಜನ್ನು ಮುಗಿಸಿದನು. ಅವನು ಮತ್ತು ಅವನ ಸ್ನೇಹಿತ ಚಿಕು ತಮ್ಮ ಅನ್ವೇಷಣೆಯನ್ನು ಆನಂದಿಸುತ್ತಿದ್ದರು ಮತ್ತು ಶಾಶ್ವತವಾಗಿ ಆನಂದಿಸುತ್ತಿದ್ದರು.

ಹಠಾತ್ ದಿನ ಅದೇ ಪವಾಡ ಸಂಭವಿಸುತ್ತದೆ, ಕೊಡ್ಯೆಕೆನಾಲ್ಗೆ ಹೋಗುವ ಅರ್ಧದಾರಿಯ ಪ್ರಯಾಣದಲ್ಲಿ ಟೈರ್ ಪಂಕ್ಚರ್ ಆಗಿ ಬಸ್ ನಿಂತಿದೆ, ಆ ಸ್ಥಳದಲ್ಲಿ, ಚರಣ್ ಮತ್ತು ಚಿಕು ಇದ್ದರು. ಅದೇ ಬಸ್ ಚಾಲಕನು ಮೆಕ್ಯಾನಿಕ್‍ಗೆ ಕರೆ ಮಾಡಲು ವಿನಂತಿಸಿದನು, ಆದರೆ ಅವನು ನಿರಾಕರಿಸಿದನು. ನಂತರ ಗಫೂರ್ಗೆ ಚೈತನ್ಯವಿಲ್ಲದ ಕಾರಣ ತಾನಾಗಿಯೇ ಗಾಳಿ ತುಂಬುವ ಮೂಲಕ ಬಸ್‍ಗೆ ಸಹಾಯ ಮಾಡಿದರು.

ಅದೇ ಪರಿಸ್ಥಿತಿ ಸಂಭವಿಸಿದೆ, ಮತ್ತು ಪ್ರತಿಯೊಬ್ಬರೂ ಚರಣ್ ಅವರಿಗೆ ಧನ್ಯವಾದಗಳನ್ನು ಅರ್ಪಿಸಿದರು. ಅವನೂ ಬಸ್ಸನ್ನು ಪ್ರವೇಶಿಸಿದನು.

ಇದ್ದಕ್ಕಿದ್ದಂತೆ ಅವನು ಕೀರ್ತಿಯನ್ನು ನೋಡಿದನು, ಆದರೆ ಅವನು ಅವಳ ಮುಖವನ್ನು ಗುರುತಿಸಲಿಲ್ಲ, ಮತ್ತು ಅವಳ ಮುಖವನ್ನು ಅರಿತುಕೊಳ್ಳಲಿಲ್ಲ. ಆದರೆ ಅವನು ಅವಳನ್ನು ಮೊದಲ ನೋಟದಲ್ಲೇ ಪ್ರೀತಿಸಿದನು. ಕೀರ್ತಿಯ ಅಜ್ಜಿಯ ಮನೆಯ ಹತ್ತಿರದ ಸ್ಟಾಪ್‍ಸಲ್ಲಿ ಕೀರ್ತಿ ತನ್ನ ಸಾಮಾನುಗಳನ್ನು ತೆಗೆದುಕೊಂಡು ಅಜ್ಜಿಯ ಮನೆಗೆ ಸಂತೋಷದಿಂದ ತೆರಳುತ್ತಿದ್ದಳು. ಆದರೆ ಚರಣ್‍ಗೆ ಒಂದು ಸಂದೇಹವಿದೆ, ಅವಳು ಕೀರ್ತಿ ಮನೆಗೆ ಏಕೆ ಹೋಗುತ್ತಿದ್ದಳು? ಅದನ್ನು ತೆರವುಗೊಳಿಸಲು, ಅವನು ಅವಳನ್ನು ಹಿಂಬಾಲಿಸಿ ಅವಳೊಂದಿಗೆ ಮಾತನಾಡಿದನು. ಅಜ್ಜಿಯ ಮನೆಗೆ ಬಂದ ಅಜ್ಜಿ ಮೊಮ್ಮಗಳು ಕೀರ್ತಿ ತನ್ನ ಮನೆಗೆ ಬಂದಿದ್ದಾಳೆ ಎಂದು ಪ್ರೀತಿಯಿಂದ ಅಳುತ್ತಾಳೆ. ಆಗ ಚರಣ್ ಮಾತ್ರ ಅದು ಕೀರ್ತಿ ಎಂದು ಒಪ್ಪಿಕೊಳ್ಳುತ್ತಾನೆ ಮತ್ತು ಕೀರ್ತಿ ಚರಣ್ ಎಂದು ಒಪ್ಪಿಕೊಳ್ಳುತ್ತಾನೆ. ಇಬ್ಬರೂ ಪ್ರೀತಿಯ ಸ್ವಭಾವದಲ್ಲಿ ಅದ್ಭುತವಾಗಿದ್ದಾರೆ ಮತ್ತು ಎಂಟು ವರ್ಷಗಳ ಹಿಂದೆ ಅವರು ಒಟ್ಟಿಗೆ ಭೇಟಿಯಾದರು.

ಆಗ ಚರಣ್ ಕೀರ್ತಿಯ ಮೇಲೆ ಪ್ರೀತಿ ಮೂಡಿತು. ಚರಣ್ ಹಿಂಬಾಲಿಸಿ ಕೀರ್ತಿಯನ್ನು ಹಿಂಬಾಲಿಸಿದ. ಮತ್ತು ಒಂದು ಭಕ್ತಿ ಸಮಾರಂಭದಲ್ಲಿ, ಕೀರ್ತಿ ಬಾರತನತಿಯಂ ಆನ್ನು ಸುಂದರವಾಗಿ ನೃತ್ಯ ಮಾಡುತ್ತಿದ್ದಳು, ಇದನ್ನು ಚರಣ್ ಕೇಂದ್ರೀಯ ದೂರದಿಂದ ನೋಡಿವನು ಮತ್ತು ಅವನು ಕೀರ್ತಿಯೊಂದಿಗೆ ನೃತ್ಯ ಮಾಡುತ್ತಿದ್ದಾನೆ ಎಂದು ಅವನು ಊಹಿಸಿದನು. ಮತ್ತು ಅಂತಿಮವಾಗಿ, ಅವನು ಕೀರ್ತಿಗೆ ಪ್ರಸ್ತಾಪಿಸಿದನು ಮತ್ತು ಅವಳು ಪ್ರಸ್ತಾಪವನ್ನು ಒಪ್ಪಿಕೊಂಡಳು.

ನಂತರ ಅವರು ಪ್ರತಿ ನಿಮಿಷವೂ ತಮ್ಮ ಜೀವನವನ್ನು ಆನಂದಿಸಿದರು. ಒಂದು ಒಳ್ಳೆಯ ದಿನದಂದು, ಅವರು ಭೇಟಿಯಾದರು ಮತ್ತು ಮಾತನಾಡಿದರು. ಆದರೆ, ಪ್ರತಿ ಬೇಸಿಗೆ ಸಂದರ್ಭದಲ್ಲೂ ಕೀರ್ತಿ ಇಲ್ಲಿಗೆ ಬರುತ್ತಿರುವುದೇಕೆ ಎಂದು ಚರಣ್ ಅನುಮಾನ ವ್ಯಕ್ತಪಡಿಸಿದ್ದಾರೆ. ಆದ್ದರಿಂದ ಅವನು ಅವಳಿಗೆ ಸ್ಪಷ್ಟಪಡಿಸಲು ಬಯಸುತ್ತಾನೆ. ಈ ಪ್ರದೇಶವನ್ನು ಮೀರಿ ಮ್ಯಾಜಿಕ್ ಇದೆ ಎಂದು ಅವಳು ಸರಳವಾಗಿ ಹೇಳಿದಳು ಮತ್ತು ಪ್ರತಿ ವರ್ಷ

ಗರಿಷ್ಠ ಪ್ರಮಾಣದ ಮ್ಯಾಜಿಕ್ ಅನ್ನು ಕಂಡುಹಿಡಿಯಲು ಈ ಪ್ರದೇಶಕ್ಕೆ ಬರುತ್ತಾಳೆ, ಆದರೆ ಪ್ರತಿ ವರ್ಷ ಅವಳು ಈ ಮ್ಯಾಜಿಕ್ ಹುಡುಕಾಟದಲ್ಲಿ ತನ್ನ ಸಮಯವನ್ನು ವ್ಯರ್ಥ ಮಾಡುತ್ತಾಳೆ. ಇಲ್ಲಿಯವರೆಗೆ ಅವಳು ಮ್ಯಾಜಿಕ್ ಅನ್ನು ಕಂಡುಕೊಂಡಿಲ್ಲ. ಆದ್ದರಿಂದ ಈ ಪ್ರದೇಶದ ಆಚೆಗಿನ ಮ್ಯಾಜಿಕ್ ಅನ್ನು ಕಂಡುಹಿಡಿಯಲು ಸಹಾಯ ಮಾಡುವಂತೆ ಅವಳು ವಿನಂತಿಸಿದಳು. ಆ ಎರಡನೇಯಿಂದ ಚರಣ್ ಅವಳಿಗೆ ಪ್ರವಾಸಿ ಮಾರ್ಗದರ್ಶಿಯಾಗಿ ವರ್ತಿಸುತ್ತಾನೆ. ಅವನು ಮತ್ತು ಅವಳು ಲೇಕ್ ಬೋಟಿಂಗ್, ಸ್ಯೆಕ್ಲಿಂಗ್, ಬ್ರೆಡ್ ಆಮ್ಲೆಟ್ ತಿನ್ನುವುದು, ದೇವಸ್ಥಾನಗಳು, ಚರ್ಚ್‌ಗಳು, ಮಸೀದಿಗಳು, ಬೊಟಾನಿಕಲ್ ಗಾರ್ಡನ್‌ಗಳಿಗೆ ಭೇಟಿ ನೀಡುವುದು, ಹೋಮ್‌ಮೇಡ್ ಚಾಕೊಲೇಟ್‌ಗಳು, ಕ್ಯಾಂಪ್‌ಫ್ಯರ್‌ಗಳು, ಲಾಂಗ್ ಡ್ರೈವ್-ಇನ್ ಬೈಕ್‌ಗಳು ಇತ್ಯಾದಿಗಳಿಗೆ ಭೇಟಿ ನೀಡಿದ್ದರೂ ಏನೂ ಕೆಲಸ ಮಾಡಲಿಲ್ಲ.

ಆ ರಾತ್ರಿ ಅವನು ನಿದ್ರಿಸಲಿಲ್ಲ ಮತ್ತು ಮ್ಯಾಜಿಕ್ ಬಗ್ಗೆ ಯೋಚಿಸಿದನು. ಅವರು ಪುಸ್ತಕಗಳು, ಪತ್ರಿಕೆಗಳು, ಲೇಖನಗಳು, ಟಿವಿ ಚಾನೆಲ್‌ಗಳು ಇತ್ಯಾದಿಗಳನ್ನು ಉಲ್ಲೇಖಿಸಿದರು. ಆದರೆ ಅದು ಕೆಲಸ ಮಾಡಲಿಲ್ಲ. ಅವಳು ಕೂಡ ಅದೇ ಕೆಲಸವನ್ನು ಮಾಡಿದ್ದಾಳೆ ಮತ್ತು ಬಹಳಷ್ಟು ರೆಫರ್ ಮಾಡಿದಳು, ಆದರೆ ಅದು ಕೆಲಸ ಮಾಡಲಿಲ್ಲ. ಆದ್ದರಿಂದ ಅವನು ತನ್ನ ತಾಯಿ, ಸ್ನೇಹಿತರು ಮತ್ತು ಜನರನ್ನು ಉಲ್ಲೇಖಿಸಿದನು. ಅದೇ ಕೆಲಸವನ್ನು ಕೀರ್ತಿ ತನ್ನ ಅಜ್ಜಿ, ಸಂಬಂಧಿಕರು, ಸ್ನೇಹಿತರು, ಕುಟುಂಬ, ಇತ್ಯಾದಿಗಳನ್ನು ಕೇಳುವ ಮೂಲಕ ಮಾಡುತ್ತಾರೆ, ಆದರೆ ಜನರ ಆಲೋಚನೆಗಳು ಅವರಿಗೆ ಕೆಲಸ ಮಾಡಲಿಲ್ಲ. ಹಾಗಾಗಿ ಅದು ವಿಫಲವಾಯಿತು.

ಮೌನವಾದ ರಾತ್ರಿ ಚರಣ್ ಮಲಗಿದ್ದ. ಗುಡುಗಿನ ಬೆಳಕು ಅವನ ಕಣ್ಣನ್ನು ಎಚ್ಚರಗೊಳಿಸಿತು, ಮತ್ತು ಗುಡುಗಿನ ಶಬ್ದವು ಅವನ ಭಯ ಮತ್ತು ಮೆದುಳನ್ನು ಎಚ್ಚರಗೊಳಿಸಿತು. ಥಟ್ಟನೆ ಎಚ್ಚರಗೊಂಡು ಬೆಳಗಿನ ಜಾವ 3:43ಕ್ಕೆ ಒಂದು ಉಪಾಯವನ್ನು ಯೋಚಿಸಿದನು. ಅವರು ಲೇಖನಗಳಲ್ಲಿ ಕಲ್ಪನೆಯನ್ನು ಹುಡುಕಿದರು ಮತ್ತು ಯೋಜನೆಯನ್ನು ಪಡೆದರು.

ಮರುದಿನ ಕೀರ್ತಿಗೆ ಸ್ಥಳ ತೋರಿಸಲು ಬರುವಂತೆ ದೂರವಾಣಿ ಮೂಲಕ ಕರೆದರು. ಕೀರ್ತಿ ಡ್ರೆಸ್ ಮಾಡಿಕೊಂಡು ಕಾರಿಡಾರ್ ನಲ್ಲಿ ರೆಡಿಯಾಗಿ ಅವನಿಗಾಗಿ ಕಾಯುತ್ತಿದ್ದಳು. ಕೊನೆಗೆ, ಅವನು ಬಂದು ಅವಳ ಕಣ್ಣುಗಳನ್ನು ಬಟ್ಟೆಯಿಂದ ಮುಚ್ಚಿ ಅವಳನ್ನು ಎತ್ತಿಕೊಂಡು ಹೋದನು. ಮತ್ತು ದೀರ್ಘ ಪ್ರಯಾಣವನ್ನು ಹೋದರು ಮತ್ತು ಅಂತಿಮವಾಗಿ, ಗಮ್ಯಸ್ಥಾನವನ್ನು ತಲುಪಿತು. ನಿಧಾನವಾಗಿ ಚರಣ್ ಕಣ್ಣು ತೆರೆದು ಪಿಲ್ಲರ್ ಬಂಡೆಗಳಿಂದ ಕೊಡ್ಯೆಕೆನಾಲ್ ನ ನೋಟವನ್ನು ತೋರಿಸಿದಳು. ತನ್ನ ಪಾದಗಳು ನೆಲಕ್ಕೆ ತಾಗಿದಾಗ ಉಸಿರುಗಟ್ಟುವ ಗಾಳಿ ತಾಜಾತನವನ್ನು ಅನುಭವಿಸಿದಾಗ ಕೀರ್ತಿಗೆ ಮೂಕವಿಸ್ಮಿತಳಾದಳು. ಆ ನೋಟ ನೋಡಿದ ಕಣ್ಣುಗಳು ಅವಳ ಕಣ್ಣುಗಳನ್ನು ಸಂಕುಚಿತಗೊಳಿಸಿದಾಗ ಅವಳ ಭಾವನೆಗಳನ್ನು ಚಿವುಟುವ ಹಕ್ಕಿಗಳನ್ನು ಕಿವಿ ಕೇಳಿದಾಗ ಅವಳ ಭಾವನೆಗಳು ಪ್ರೀತಿಯಾಗ ಬಂದವು. ಅವಳು ಅಳುತ್ತಾ ಚರಣ್ ನನ್ನು ತಬ್ಬಿಕೊಂಡಳು. ನಂತರ ಅವನು ತನ್ನ ಮದುವೆಯ ಪ್ರಸ್ತಾಪವನ್ನು ಪ್ರಸ್ತಾಪಿಸಿದನು ಮತ್ತು ಅವಳು ಸಹ ಒಪ್ಪಿಕೊಂಡಳು. ಈ ದೃಶ್ಯದ ಬಗ್ಗೆ ತನಗೆ ಹೇಗೆ ಗೊತ್ತು ಎಂದು ಕೀರ್ತಿ ಕೇಳಿದಳು. ಅವನು ತನ್ನ ತಾಯಿ ಮತ್ತು ತಾನು ಬಾಲ್ಯದಲ್ಲಿ ಈ ಸ್ಥಳಕ್ಕೆ ಬಂದಿದ್ದೇವೆ ಎಂದು ಉತ್ತರಿಸಿದರು.

**2** ವರ್ಷಗಳ ಹಿಂದೆ, ಚಿಕು ಥನಿಸ್ಕಾ ಎಂಬ ಹುಡುಗಿಯನ್ನು ಪ್ರೀತಿಸುತ್ತಿದ್ದನು. ಆದರೆ ಅವಳು ಚಿಕೂನಿಗಿಂತ ಸೀನಿಯರ್. ಅವಳು ತನ್ನ ಪದವಿಯನ್ನು ಮುಗಿಸಿದಳು ಆದರೆ ಅವನು ತನ್ನ ಕೊನೆಯ ವರ್ಷವನ್ನು ಮಾಡಿದನು.

ಆದರೆ ಆಕೆಯ ಪೋಷಕರು ಬಲವಂತವಾಗಿ ಮದುವೆಯಾಗಿದ್ದರು. ಆದರೆ ಅವರು ನಿಶ್ಚಿತ ವರನ ಪ್ರಸ್ತಾಪವನ್ನು ನಿರಾಕರಿಸಿದರು. ಅವನ ಬಾಕಿಯ ಕಾರಣದಿಂದ ಅವಳು ಚಿಕು ಪದವಿಯವರೆಗೆ ಕಾಯಲು ಸಾಧ್ಯವಿಲ್ಲ. ಆದ್ದರಿಂದ ಅವಳು ಚಿಕು ಜೊತೆ ಮುರಿದು ತನ್ನ ನಿಶ್ಚಿತ ವರನನ್ನು ಮದುವೆಯಾದಳು. ಚಿಕು ಜಾಲಿ ಟೈಪ್, ಅವನು ಯಾವಾಗಲೂ ಯಾರನ್ನಾದರೂ ತಮಾಷೆ ಮಾಡುತ್ತಾನೆ ಮತ್ತು ನಗುತ್ತಾನೆ. ಆದ್ದರಿಂದ ಅವನು ಇದನ್ನು ತನ್ನ ಸ್ನೇಹಿತರು ಭಾವಿಸಿದ ಮೋಜಿನಂತೆ ತೆಗೆದುಕೊಳ್ಳುತ್ತಾನೆ.

ಒಂದು ಶುಭ ಸಂಜೆ, ಚಿಕು, ಚರಣ್ ಮತ್ತು ಕೀರ್ತಿ ಹೋಟೆಲ್‌ನಲ್ಲಿದ್ದರು. ಅದೇ ಸಮಯಕ್ಕೆ ಚಿಕೂನ ಪ್ರೇಮಿ ತನ್ನ ಪತಿ ಮತ್ತು ಮಗುವಿನೊಂದಿಗೆ ಹೋಟೆಲ್‌ಗೆ ಬಂದಳು. ಚಿಕು ತನ್ನ ಮಗುವಿನಿಂದ ಆಘಾತಕ್ಕೊಳಗಾದಳು ಮತ್ತು ಮುಜುಗರಕ್ಕೊಳಗಾದಳು. ಅವರು ತಮ್ಮನ್ನು ಪರಿಚಯಿಸಿಕೊಂಡಾಗ. ಈ ದೃಶ್ಯದಲ್ಲಿ ಎಲ್ಲವೂ ಕುಸಿದಿದೆ. ಮಗು ಚಿಕುವನ್ನು ತಳ್ಳಿತು, ಮತ್ತು ಅವನು ಮೇಜಿನ ಮೇಲೆ ಬಿದ್ದನು, ಅವನ ಬಳಿ ಮಾಣಿ ಬಿಸಿನೀರಿನ ಜಗ್ ಅನ್ನು ತಳ್ಳಿದನು, ಜಗ್ ದಪ್ಪನಾದ ಮಹಿಳೆಗೆ ಬಿದ್ದು ಜಗ್ ಅನ್ನು ಅವನತ್ತ ಎಸೆದಳು ಆದರೆ ಅವಳು ತಪ್ಪಾಗಿ ಗುರಿಯಿಟ್ಟು ಇನ್ನೊಬ್ಬ ಉದ್ಯಮಿಗೆ ಹೊಡೆದನು ಮತ್ತು ಅವನು ಅವುಗಳನ್ನ ಇನ್ನೊಬ್ಬನಿಗೆ ಎಸೆದನು. ಗ್ರಾಹಕ ಮತ್ತು ಇನ್ನೊಬ್ಬ ವ್ಯಕ್ತಿಯನ್ನು ಹೊಡೆದು ಹೋಗುತ್ತಾನೆ. ಮತ್ತು ಅಂತಿಮವಾಗಿ, ಮಾಲೀಕರು ಆ ಕೃತ್ಯವನ್ನು ನಿಲ್ಲಿಸಿದರು, ಆದರೆ ಆ ಜಗ್ ಮತ್ತೆ ಮಾಲೀಕರಿಗೆ ಹೊಡೆದು ಈ ವಿಡಂಬನೆ ಹೋರಾಟವನ್ನು ಮುಗಿಸಿದರು. ಎಲ್ಲರೂ ಸುರಕ್ಷಿತವಾಗಿ ತಮ್ಮ ಮನೆಗೆ ಮರಳಿದರು.

ಮರುದಿನ, ಕೀರ್ತಿ ದುಖಿತಳಾದಳು, ಏಕೆಂದರೆ ಆಕೆಯ ಪೋಷಕರು ಸಹ ನಿಶ್ಚಿತ ವರನನ್ನು ಹುಡುಕುತ್ತಿದ್ದಾರೆ, ಆದ್ದರಿಂದ ಅವಳು ಅವನನ್ನು ಭೇಟಿಯಾಗಲು ಚರಣ್‌ಗೆ ಕರೆ ಮಾಡಿದಳು. ಅವಳು ಸುದ್ದಿಯನ್ನು ಹೇಳಿದಾಗ, ಅವನು ಅಸಮಾಧಾನಗೊಂಡನು. ಆಗ ಅವಳು ಇದನ್ನು ಪರಿಹರಿಸಲು ಒಂದು ಪರಿಹಾರವಿದೆ ಎಂದು ಹೇಳಿದಳು. ಪರಿಹಾರವೆಂದರೆ, ಚರಣ್ ತನ್ನ ತಂದೆಯೊಂದಿಗೆ ಅವಳನ್ನು ಮದುವೆಯಾಗಲು ಬಯಸುತ್ತಾನೆ ಎಂದು ಮಾತನಾಡಲು ಬಯಸುತ್ತಾನೆ. ಆದರೆ ಅವನಿಗೆ ಅಮ್ಮನ ಬಗ್ಗೆ ಭಯ. ಆದ್ದರಿಂದ ಅವರು ಅದನ್ನು ನಿರಾಕರಿಸಿದರು. ಅವಳು ಹೆಚ್ಚು ಬಾರಿ ವಿನಂತಿಸಿದಳು ಆದರೆ ಅವನು ಅದನ್ನ ನಿರಾಕರಿಸಿದನು. ಇದರಿಂದ ಆಕೆ ಚರಣ್ ಜೊತೆ ಬ್ರೇಕ್ ಅಪ್ ಆದಳು. ಚರಣ್ ಖಿನ್ನತೆಗೆ ಒಳಗಾಗಿದ್ದರು. ಗಫ್ಫೂರ್ ಅವರಿಗೆ ಸಲಹೆ ನೀಡಿದರೂ ಫಲಕಾರಿಯಾಗಲಿಲ್ಲ. ಚಿಕು ಅವನಿಗೆ ಸಲಹೆ ನೀಡಿದ, "ನಾನು ತುಂಬಾ ಸಂತೋಷವಾಗಿದ್ದೇನೆ ಎಂದು ನೀವು ಭಾವಿಸುತ್ತೀರಿ ಆದರೆ ನಿಜವಾದ ಸಂಗತಿಯೆಂದರೆ ನಾನು ನನ್ನ ಹೃದಯದಲ್ಲಿ ಅಳುತ್ತಿದ್ದೇನೆ, ಪ್ರತಿ ನಿಮಿಷ ನಾನು ಥನಿಸ್ಕಳ ಬಗ್ಗೆ ಯೋಚಿಸುತ್ತೇನೆ. ನಾನು ಅವಳನ್ನು ಹೋಟೆಲ್‌ನಲ್ಲಿ ಭೇಟಿಯಾದಾಗ, ನಾನು ಥನಿಸ್ಕಂದ ಮುಜುಗರಕ್ಕೊಳಗಾಗಿದ್ದೇನೆ. ಮತ್ತು ಇನ್ನೂ, ಈಗ ನಾನು ಅವಳನ್ನು ಪ್ರೀತಿಸುತ್ತಿದ್ದೇನೆ ಮತ್ತು ಅವಳು ಇಲ್ಲಿಯವರೆಗೆ ನನ್ನನ್ನು ಪ್ರೀತಿಸುತ್ತಾಳೆ ಏಕೆಂದರೆ ನಾನು ಅವಳ ಕಣ್ಣುಗಳನ್ನು ನೋಡಿದಾಗ ಅದೇ ಪ್ರೀತಿ ಇನ್ನೂ ಇತ್ತು. ನಾನು ಪ್ರೀತಿಸುವ ಅವಕಾಶವನ್ನು ಕಳೆದುಕೊಳ್ಳುತ್ತೇನೆ. ಆದರೆ ನೀವು

ಬದಲಾಯಿಸಬಹುದು ಎಂದು ನೀವು ಭಾವಿಸಿದರೆ."

ಈ ಮಾತುಗಳನ್ನು ಕೇಳಿದಾಗ ಅವನು ತನ್ನ ಮನೆಗೆ ಹೋಗಿ ತನ್ನ ತಾಯಿಯನ್ನು "ನೀವು ಅವನಿಗೆ ಏಕೆ ಸ್ವಾತಂತ್ರ್ಯ ನೀಡುತ್ತಿಲ್ಲ," ಎಂದು ಕೂಗಿದನು. ಅವನು ತನ್ನ ತಂದೆಯ ಬಗ್ಗೆ ಕೆಟ್ಟದಾಗಿ ಮಾತನಾಡುವವರೆಗೂ ಅವನ ತಾಯಿ ಶಾಂತ ಮತ್ತು ಮೌನವಾಗಿರುತ್ತಾಳೆ. ಆಗ ಅವನ ತಾಯಿ ಅವನ ತಂದೆಯ ಬಗ್ಗೆ ಹೇಳುತ್ತಾಳೆ.

**25** ವರ್ಷಗಳ ಹಿಂದೆ, ಚರಣ್ ಅವರ ತಾಯಿ ಸರೋವರದ ಬಳಿ ಬೀದಿ ಸಂಗೀತಗಾರ ಮತ್ತು ಪ್ರವಾಸಿ ಮಾರ್ಗದರ್ಶಿಯಾಗಿದ್ದರು. ಒಂದು ಒಳ್ಳೆಯ ದಿನ, ಪಲ್ಲವಿ ಒಂದು ಸುಂದರವಾದ ಹಾಡನ್ನು ಹಾಡಿದರು. ಅವಳ ಹತ್ತಿರ, ಭಾರತೀಯ ಮಿಲಿಟರಿ ಸೈನಿಕರು ಬ್ಯಾಚ್ ಟ್ರಿಪ್ ಹೊಂದಿದ್ದಾರೆ. ಆ ಗುಂಪಿನಲ್ಲಿ ಅಭಿಷೇಕ ಎಂಬ ಮಿಲಿಟರಿ ಜನರಲ್ ಹಾಡನ್ನು ಕೇಳಿ ತನ್ನ ಭಾವನೆಗಳನ್ನು ಕರಗಿಸಿ ಕಣ್ಣೀರಿಟ್ಟನು. ಹಾಡು ಮುಗಿದ ನಂತರ ಎಲ್ಲರೂ ಅವಳನ್ನು ಹೊಗಳಿದರು ಮತ್ತು ತಮ್ಮ ಕೆಲಸವನ್ನು ಮಾಡಲು ಹೋದರು. ನಂತರ ಅವರು ತಮ್ಮನ್ನು ಪರಿಚಯಿಸಿಕೊಂಡರು. ಮತ್ತು ಅವರ ಜೀವನದ ಬಗ್ಗೆ ಮಾತನಾಡುತ್ತಾರೆ ಮತ್ತು ಅವರು ಸಂಗೀತಗಾರರೂ ಆಗಿದ್ದಾರೆ ಆದರೆ ಅವರ ಬಡತನದ ಕಾರಣ, ಅವರು ತಮ್ಮ ಸಂಗೀತ ವೃತ್ತಿಜೀವನವನ್ನು ತ್ಯಾಗ ಮಾಡಿದರು ಮತ್ತು ಮಿಲಿಟರಿ ಶಾಲೆಗೆ ಕಾರಣರಾದರು ಏಕೆಂದರೆ ಆಹಾರ, ಶಿಕ್ಷಣ ಮತ್ತು ಉಡುಗೆ ಉಚಿತವಾಗಿದೆ. ಆದ್ದರಿಂದ ಅವನು ಅಲ್ಲಿ ಸೇರಿಕೊಂಡನು. ನಂತರ ಅವರು ಕೊಡ್ಯೆಕೆನಾಲ್‌ನ ಪ್ರವಾಸಿ ಮಾರ್ಗದರ್ಶಿಯನ್ನು ನೀಡುವಂತೆ ವಿನಂತಿಸಿದರು. ಹಣದ ಸಲುವಾಗಿ, ಅವಳು ಒಪ್ಪಿಕೊಂಡಳು.

ಮರುದಿನ, ಅವನು ಮತ್ತು ಅವಳು ಲೇಕ್ ಬೋಟಿಂಗ್, ಸೈಕ್ಲಿಂಗ್, ಬ್ರೆಡ್ ಆಮ್ಲೆಟ್ ತಿನ್ನುವುದು, ದೇವಸ್ಥಾನಗಳು, ಚಚ್ಚ್‌ಗಳು, ಮಸೀದಿಗಳು, ಸಸ್ಯೋದ್ಯಾನಗಳಿಗೆ ಭೇಟಿ ನೀಡುವುದು, ಮನೆಯಲ್ಲಿ ತಯಾರಿಸಿದ ಚಾಕೊಲೇಟ್‌ಗಳು, ಕ್ಯಾಂಪ್‌ಫೈರ್‌ಗಳು ಇತ್ಯಾದಿಗಳಿಗೆ ಭೇಟಿ ನೀಡಿದರು.

ಮರುದಿನ, ಅವನು ಬಂದು ಅವಳ ಕಣ್ಣುಗಳನ್ನು ಬಟ್ಟೆಯಿಂದ ಮುಚ್ಚಿ ಅವಳನ್ನು ಎತ್ತಿಕೊಂಡು ಹೋದನು. ಮತ್ತು ದೀರ್ಘ ಪ್ರಯಾಣವನ್ನು ಹೋದರು ಮತ್ತು ಅಂತಿಮವಾಗಿ, ಗಮ್ಯಸ್ಥಾನವನ್ನು ತಲುಪಿತು. ನಿಧಾನವಾಗಿ ಅಭಿಶಾಕೆ ತನ್ನ ಕಣ್ಣುಗಳನ್ನು ತೆರೆದು ಪಿಲ್ಲರ್ ಬಂಡೆಗಳಿಂದ ಕೊಡ್ಯೆಕೆನಾಲ್ ನೋಟವನ್ನು ತೋರಿಸಿದಳು. ತನ್ನ ಪಾದಗಳು ನೆಲಕ್ಕೆ ತಾಗಿದಾಗ ಉಸಿರುಗಟ್ಟುವ ಗಾಳಿ ತಾಜಾತನವನ್ನು ಅನುಭವಿಸಿದಾಗ ಪಲ್ಲವಿಗೆ ಮೂಕವಿಸ್ಮಿತಳಾದಳು. ಅವಳು ಅಳುತ್ತಾ ಚರಣ್ ನನ್ನು ತಬ್ಬಿಕೊಂಡಳು. ನಂತರ ಅವನು ತನ್ನ ಮದುವೆಯ ಪ್ರಸ್ತಾಪವನ್ನು ಪ್ರಸ್ತಾಪಿಸಿದನು ಮತ್ತು ಅವಳು ಒಪ್ಪಿಕೊಂಡಳು ಮತ್ತು ಯಶಸ್ವಿಯಾಗಿ ಮದುವೆಯಾದಳು. ಅಲ್ಲಿಂದ ಶುರುವಾಯಿತು.

ಅವಳು ಗರ್ಭಾವಸ್ಥೆಯ ಕೊನೆಯ ಹಂತದಲ್ಲಿದ್ದಾಗ, ಅಭಿಷೇಕ್ ಭಾರತದ ಗಡಿಯಲ್ಲಿ ಕೆಲಸ ಮಾಡಿದ್ದಾನೆ, ತನ್ನ ಮಗುವಿಗೆ ಹೆರಿಗೆಯ ಮೊದಲ ಗಡಿಗಳ ನಡುವೆ ಹೋರಾಡಲು ಹೋದನು. ಹಾಗಾಗಿ ಅವನು ಬರದಿರುವವರೆಗೆ ಈ ಮಗುವಿಗೆ ಅವನ ಬಗ್ಗೆ ತಿಳಿಯಬಾರದು ಎಂದು ಭರವಸೆ ನೀಡಿ ಎಂದು ಹೇಳಿದರು. ಎಂದು ಭರವಸೆಯನ್ನೂ ನೀಡಿದ್ದಳು. ಈ ಕಾರಣಕ್ಕಾಗಿ, ಅವಳು ಮಾತ್ರ ಅವನ ತಂದೆಯ ಬಗ್ಗೆ ಅವನ ಮಗನಿಗೆ ಹೇಳಲಿಲ್ಲ. ಅವನು ಹೋದಾಗ, ಅವನು ಅವಳಿಗೆ ಅರ್ಧ ಪಿಯಾನೋ ಹಾಡನ್ನು ಕಲಿಸಿದನು ಮತ್ತು ಇನ್ನೊಂದು ಅರ್ಧ ಪಿಯಾನೋ ಹಾಡು ಅವನಿಗೆ

ತಿಳಿದಿತ್ತು. ಆದ್ದರಿಂದ ಪ್ರೀತಿಯನ್ನು ಸಂಗೀತದ ರೀತಿಯಲ್ಲಿ ತಿಳಿಸಲು ರಚಿಸಬಹುದು.

ಒಂದು ವರ್ಷ ಕಳೆದರೂ ಮನೆಗೆ ಬಂದಿರಲಿಲ್ಲ. ಅವನ ಹುಡುಕಾಟದಲ್ಲಿ ಅವಳು ತನ್ನ ಮಗನನ್ನು ಪಕ್ಕದವರ ಮನೆಯಲ್ಲಿ ಬಿಟ್ಟಳು. ಅವಳು ಅವನನ್ನು ಹುಡುಕಿಕೊಂಡು ಚೆನ್ನೈ ಮಿಲಿಟರಿ ಠಾಣೆಗೆ ಹೋದಳು. ಆದರೆ ಅದೇ ನಿಮಿಷದಲ್ಲಿ ಅವನು ತನ್ನ ಮಗು ಮತ್ತು ಅವನ ಹೆಂಡತಿಯನ್ನು ನೋಡಲು ಕೊಡೈಕೆನಾಲ್‌ಗೆ ಹೋದನು. ಆದರೆ ದುರಾದೃಷ್ಟ ದುಃಖಿವನ್ನು ನೀಡುತ್ತದೆ, ಇಬ್ಬರೂ ಬೇರೆ ಬೇರೆ ನಗರಗಳಲ್ಲಿ ಅವರನ್ನು ಹುಡುಕುತ್ತಿದ್ದಾರೆ. ಪ್ರತಿಯೊಬ್ಬರೂ ಅವರನ್ನು ಕಳೆದುಕೊಂಡರು ಎಂದು ಭಾವಿಸಿದರು.

ಹಾಗಾಗಿ ಆ ದಿನದಿಂದ ನಾನು ಅವನಿಗಾಗಿ ಕಾಯುತ್ತಿದ್ದೆ. ಚರಣ್ ಅವಳ ತೊಡೆಯ ಮೇಲೆ ಮಲಗಿ ನಂಬಿಕೆಯಿಂದ ಅವಳ ಕೈ ಹಿಡಿದು ಅಳುತ್ತಾನೆ. ಹಾಗಾಗಿ ಆ ದಿನಕ್ಕಾಗಿ ಕಾಯುತ್ತಿದ್ದರೆ ಚರಣ್‌ಗ ತಂದೆಯಾಗುತ್ತಾನೆ ಎಂದು ಅವಳು ಅರಿತುಕೊಂಡಳು, ತಾಳ್ಮೆ ಕಳೆದುಕೊಂಡಿದ್ದರಿಂದ ಈ ಸಮಸ್ಯೆ ಪ್ರಾರಂಭವಾಯಿತು.

ಚರಣ್‌ಗ ತಂದೆಯನ್ನು ನೋಡುವ ಆಸೆ. ಹೀಗಾಗಿ ಆಕೆಯ ತಾಯಿ ಕೂಡ ಆತನ ತಂದೆಯ ಬಗ್ಗೆ ಮಾಹಿತಿ ಕಲೆಹಾಕಲು ಆತನ ಸ್ನೇಹಿತರ ವಿಳಾಸ ನೀಡಿ ಸಹಾಯ ಮಾಡಿದ್ದಾಳೆ.

ಮರುದಿನ, ಕೀರ್ತಿ ಚೆನ್ನೈಯನಲ್ಲಿ ವಾಸಿಸುವ ಪಟ್ಟಣಕ್ಕೆ ತೆರಳುತ್ತಾಳೆ. ಮೊಮ್ಮಗಳು ತನ್ನ ಊರಿಗೆ ಹೋಗುತ್ತಿದ್ದಾಳೆ ಎಂದು ಅಜ್ಜಿ ತುಂಬಾ ಅಳುತ್ತಿದ್ದಳು. ಚರಣ್ ಅವಳಿಂದ ಕ್ಷಮಿಸಿ ಎಂದು ವಿನಂತಿಸಿದಳು, ಆದರೆ ಅವಳು ಕ್ಷಮೆಯನ್ನು ಸ್ವೀಕರಿಸಲಿಲ್ಲ. ನಂತರ ಅವಳು ಕೊಡೈಕೆನಾಲ್ ತೊರೆದಳು.

ಒಂದು ವಾರದ ನಂತರ, ಅವನು ಮಿಲಿಟರಿ ಜನರಲ್ ಅಭಿಷೇಕನನ್ನು ಪುಸ್ತಕಗಳು, ಪತ್ರಿಕೆಗಳು, ಲೇಖನಗಳು, ಟಿವಿ ಚಾನೆಲ್‌ಗಳು ಇತ್ಯಾದಿಗಳಲ್ಲಿ ಹುಡುಕಿದನು. ನಂತರ ಅವನು ತನ್ನ ತಂದೆಯ ಸ್ನೇಹಿತರನ್ನು ಭೇಟಿಯಾಗಿ ಮಾಹಿತಿ ಮತ್ತು ವಿಳಾಸವನ್ನು ಸಂಗ್ರಹಿಸಲು ಯೋಚಿಸಿದನು. ಹೀಗಾಗಿ ಆ ಮೆಕ್ಯಾನಿಕ್ ಗಫೂರ್ ಅವರ ಮನೆಗೆ ಬಂದು ತಂದೆಯನ್ನು ಹುಡುಕಲು ಬೈಕ್ ಕೊಟ್ಟರು. ಆ ಸಹಾಯಕ್ಕಾಗಿ ಅವರು ಗಫೂರ್ ಅವರನ್ನು ತಬ್ಬಿಕೊಂಡರು. ಮತ್ತು ಅನೇಕರು ಚರಣ್‌ಗ ಸ್ವಲ್ಪ ಹಣವನ್ನು ನೀಡಿದರು. ಮತ್ತು ಚರಣ್ ತನ್ನ ತಂದೆಯನ್ನು ಹುಡುಕುತ್ತೇನೆ ಮತ್ತು ಅವರೊಂದಿಗೆ ವಾಸಿಸುತ್ತೇನೆ ಎಂದು ಭರವಸೆ ನೀಡುತ್ತಾನೆ. ಕೊನೆಗೆ ಅವನು ತನ್ನ ತಂದೆಯನ್ನು ಹುಡುಕುತ್ತಿರುವುದಾಗಿ ಎಲ್ಲರಿಗೂ ಹೇಳಿದನು.

ಆವರು ಗಿರಿಧಾಮದಿಂದ ಹೊರಬಂದ ನಂತರ, ಅವರು ದೀರ್ಘ ಪ್ರಯಾಣದಲ್ಲಿ ತಮ್ಮ ಜೀವನ ಪ್ರಯಾಣವನ್ನು ನೆನಪಿಸಿಕೊಳ್ಳುತ್ತಿದ್ದರು. ಅವನು ದಾಟಿದ ಪ್ರತಿ ಮೈಲಿಯಲ್ಲಿ ತನ್ನ ಜೀವನದ ಮೈಲಿಗಲ್ಲುಗಳ ಬಗ್ಗೆ ಯೋಚಿಸಿದನು. ಅವನು ತನ್ನ ಸಮಸ್ಯೆಗಳ ಬಗ್ಗೆ ಯೋಚಿಸಿದನು ಮತ್ತು ಅವನ ಹೃದಯದಿಂದ ತನ್ನ ಪರಿಹಾರವನ್ನು ಕಂಡುಕೊಂಡನು.

ನಂತರ ಅಂತಿಮವಾಗಿ, ಚರಣ್ ತನ್ನ ತಂದೆಯನ್ನು ಹುಡುಕಲು ಚೆನ್ನೈಗೆ ಬಂದರು. ಚರಣ್ ಬಳಿ ತನ್ನ ತಂದೆಯ ಬ್ಯಾಚ್ ಚಿತ್ರ, ತಂದೆಯ ಸ್ನೇಹಿತರ ವಿಳಾಸ, ನೀರು ತುಂಬಿದ ಬಾಟಲಿ, ತಾಯಿಯ ಫೋಟೋ, ಧರಿಸಲು ಒಂದಿಷ್ಟು ಬಟ್ಟೆ, ಜನರಿಂದ ಬಂದ ಹಣ. ಆವರ ತಂದೆಗೆ ಹತ್ತು ಜನ ಸ್ನೇಹಿತರಿದ್ದಾರೆ.

ಚರಣ್ ತನ್ನ ತಂದೆಯ ಮೊದಲ ಸ್ನೇಹಿತನನ್ನು ನೋಡಲು ಹೋದನು. ಅವನು ತನ್ನ ತಂದೆಯ ಬಗ್ಗೆ ಕೇಳುತ್ತಾನೆ ಮತ್ತು ಅವನ ತಂದೆ ಎರಡು ವಾರಗಳ ಹಿಂದೆ ಉಳಿದುಕೊಂಡಿದ್ದಾನೆ

ಎಂದು ಹೇಳುತ್ತಾನೆ ಮತ್ತು ಅವನು ತನ್ನ ಎರಡನೇ ಸ್ನೇಹಿತನ ಮನೆಯಲ್ಲಿ ಉಳಿಯಲು ಹೋಗುವುದಾಗಿ ಹೇಳಿದನು. ಚರಣ್ ತನ್ನ ಹೆಂಡತಿಯ ಬಗ್ಗೆ ಕೇಳಿದಾಗ, ಮೂರು ತಿಂಗಳ ಹಿಂದೆ ಸಣ್ಣ ಜಗಳದಿಂದ ಅವಳು ಹೊರಟು ಹೋಗಿದ್ದಾಳೆ ಎಂದು ಉತ್ತರಿಸಿದನು.

ಚರಣ್ ತನ್ನ ತಂದೆಯ ಎರಡನೇ ಸ್ನೇಹಿತನನ್ನು ನೋಡಲು ಹೋದನು. ಅವನು ತನ್ನ ತಂದೆಯ ಬಗ್ಗೆ ಕೇಳುತ್ತಾನೆ ಮತ್ತು ಅವನ ತಂದೆ ಎರಡು ವಾರಗಳ ಹಿಂದೆ ಉಳಿದುಕೊಂಡಿದ್ದಾನೆ ಎಂದು ಹೇಳುತ್ತಾನೆ ಮತ್ತು ಅವನು ತನ್ನ ಮೂರನೇ ಸ್ನೇಹಿತನ ಮನೆಯಲ್ಲಿ ಉಳಿಯಲು ಹೋಗುವುದಾಗಿ ಹೇಳಿದನು. ಚರಣ್ ಪೋಷಕರ ಬಗ್ಗೆ ಕೇಳಿದಾಗ, ನಾಲ್ಕು ತಿಂಗಳ ಹಿಂದೆ ಅವರು ತಮ್ಮ ಹೆಂಡತಿಯ ಕಾರಣದಿಂದ ದೂರ ಹೋಗಿದ್ದಾರೆ ಎಂದು ಉತ್ತರಿಸಿದರು.

ಚರಣ್ ತನ್ನ ತಂದೆಯ ಮೂರನೇ ಸ್ನೇಹಿತನನ್ನು ನೋಡಲು ಹೋದನು. ಅವನು ತನ್ನ ತಂದೆಯ ಬಗ್ಗೆ ಕೇಳುತ್ತಾನೆ ಮತ್ತು ಅವನ ತಂದೆ ಎರಡು ವಾರಗಳ ಹಿಂದೆ ಉಳಿದುಕೊಂಡಿದ್ದಾನೆ ಎಂದು ಹೇಳುತ್ತಾನೆ ಮತ್ತು ಅವನು ತನ್ನ ನಾಲ್ಕನೇ ಸ್ನೇಹಿತನ ಮನೆಯಲ್ಲಿ ಉಳಿಯಲು ಹೋಗುವುದಾಗಿ ಹೇಳಿದನು. ಚರಣ್ ತನ್ನ ಕುಡಿತದ ಚಟದ ಬಗ್ಗೆ ಕೇಳುತ್ತಾನೆ, ಮೂರು ತಿಂಗಳ ಹಿಂದೆ, ಆ ಪದಕವನ್ನು ಪಡೆಯುವ ಮಹತ್ವಾಕಾಂಕ್ಷೆ, ಆದರೆ ಅವನು ನಿವೃತ್ತನಾಗಿದ್ದರಿಂದ ಅದು ಬಿಟ್ಟು ಹೋಗಿದೆ ಎಂದು ಉತ್ತರಿಸಿದನು.

ಚರಣ್ ತನ್ನ ತಂದೆಯ ನಾಲ್ಕನೇ ಸ್ನೇಹಿತನನ್ನು ನೋಡಲು ಹೋದನು. ಅವನು ತನ್ನ ತಂದೆಯ ಬಗ್ಗೆ ಕೇಳುತ್ತಾನೆ ಮತ್ತು ಅವನ ತಂದೆ ಎರಡು ವಾರಗಳ ಹಿಂದೆ ಉಳಿದುಕೊಂಡಿದ್ದಾನೆ ಎಂದು ಹೇಳುತ್ತಾನೆ ಮತ್ತು ಅವನು ತನ್ನ ಐದನೇ ಸ್ನೇಹಿತನ ಮನೆಯಲ್ಲಿ ಉಳಿಯಲು ಹೋಗುವುದಾಗಿ ಹೇಳಿದನು. ಚರಣ್ ತನ್ನ ದುಃಖದ ಬಗ್ಗೆ ಕೇಳಿದಾಗ, ಮೂರು ವಾರಗಳ ಹಿಂದೆ, ಇನ್ನೊಬ್ಬ ವ್ಯಕ್ತಿಯಿಂದ ತನ್ನ ಖಾಸಗಿತನವನ್ನು ಹ್ಯಾಕ್ ಮಾಡಲಾಗಿದೆ ಎಂದು ಉತ್ತರಿಸಿದರು.

ಚರಣ್ ತನ್ನ ತಂದೆಯ ಐದನೇ ಸ್ನೇಹಿತನನ್ನು ನೋಡಲು ಹೋದನು. ಅವನು ಬಾಗಿಲು ತಟ್ಟಿದಾಗ, ಪ್ರಿಯಾ ಎಂಬ ಒಂಬತ್ತು ವರ್ಷದ ಹುಡುಗಿ ಬಾಗಿಲು ತೆರೆದು ತನ್ನ ತಂದೆಯ ಬಗ್ಗೆ ಕೇಳುತ್ತಾಳೆ. ನಂತರ ಚರಣ್ ಸ್ವಲ್ಪ ಆಹಾರವನ್ನು ತಯಾರಿಸಿ ಪ್ರಿಯಾಗೆ ಕೊಟ್ಟು ಸಹಾಯ ಮಾಡಿದನು. ಚರಣ್ ತನ್ನ ತಂದೆಯ ಬಗ್ಗೆ ಕೇಳಿದಾಗ, ಅವಳು ಮೂರು ವಾರಗಳ ಹಿಂದೆ, ಸಾಲದ ವಿಷಯದ ಕಾರಣ ಅವನನ್ನು ಬಂಧಿಸಿದ್ದಾರೆ, ಸಾಲವನ್ನು ಅವಳ ಶಾಲಾ ಶುಲ್ಕವಾಗಿ ಪಾವತಿಸಲಾಗಿದೆ ಎಂದು ಉತ್ತರಿಸಿದಳು. ಚರಣ್ ತನ್ನ ತಾಯಿಯ ಬಗ್ಗೆ ಕೇಳಿದಾಗ, ಪ್ರಿಯಾ ಹುಟ್ಟಿದಾಗ ಅವಳ ತಾಯಿ ಸತ್ತಳು ಎಂದು ಪ್ರಿಯಾ ಉತ್ತರಿಸಿದಳು. ಅವನು ತನ್ನ ತಂದೆಯ ಬಗ್ಗೆ ಕೇಳುತ್ತಾನೆ ಮತ್ತು ಅವನ ತಂದೆ ಎರಡು ವಾರಗಳ ಹಿಂದೆ ಉಳಿದುಕೊಂಡಿದ್ದಾನೆ ಎಂದು ಹೇಳುತ್ತಾನೆ ಮತ್ತು ಅವನು ತನ್ನ ಆರನೇ ಸ್ನೇಹಿತನ ಮನೆಯಲ್ಲಿ ಉಳಿಯಲು ಹೋಗುವುದಾಗಿ ಹೇಳಿದನು.

ಚರಣ್ ತನ್ನ ತಾಳ್ಮೆ ಮತ್ತು ತಾಳ್ಮೆಯನ್ನು ಕಳೆದುಕೊಳ್ಳುತ್ತಾನೆ, ಆದರೆ ಅವನ ತಾಯಿಯ ಮಾತುಗಳು "ಅವಳ ತಾಳ್ಮೆ ಕಳೆದುಕೊಂಡಿದ್ದರಿಂದ ಈ ಸಮಸ್ಯೆ ಎಲ್ಲಾ ಪ್ರಾರಂಭವಾಯಿತು." ಹಾಗಾಗಿ ರಾತ್ರಿಯಾಗಿದ್ದು ಪ್ರಿಯಾಳ ಮನೆಯಲ್ಲಿ ಉಳಿದುಕೊಂಡಿದ್ದಾರೆ. ತನ್ನ ತಂದೆ ಈ ಮೂರ್ಖತನವನ್ನು ಏಕೆ ಮಾಡಿದರು ಎಂದು ಅವನು ಯೋಚಿಸುತ್ತಾನೆ. ಅವನ ತಂದೆ ತನಗೆ ಏನೋ ಹೇಳುತ್ತಿದ್ದಾರೆಂದು ಅವನಿಗೆ ತಿಳಿದಿದೆ.

ಮರುದಿನ, ಅವನು ತನ್ನ ತಂದೆಯ ಇತರ ಐದು ಸ್ನೇಹಿತರನ್ನು ಭೇಟಿ ಮಾಡಲು ಸಿದ್ಧನಾದನು. ಚರಣ್ ಜೊತೆ ಪ್ರಿಯಾ ಕೂಡ ಅವನ ಜೊತೆ ಹೋಗಲು ತಯಾರಿ ನಡೆಸಿದ್ದಳು.

ಚರಣ್ ತನ್ನ ತಂದೆಯ ಆರನೇ ಸ್ನೇಹಿತನನ್ನು ನೋಡಲು ಹೋದನು. ಅವನು ತನ್ನ ತಂದೆಯ ಬಗ್ಗೆ ಕೇಳುತ್ತಾನೆ ಮತ್ತು ಅವನ ತಂದೆ ಒಂದು ವಾರದ ಹಿಂದೆ ಉಳಿದುಕೊಂಡಿದ್ದಾನೆ ಎಂದು ಹೇಳುತ್ತಾನೆ ಮತ್ತು ಅವನು ತನ್ನ ಏಳನೇ ಸ್ನೇಹಿತನ ಮನೆಯಲ್ಲಿ ಉಳಿಯಲು ಹೋಗುವುದಾಗಿ ಹೇಳಿದನು. ಚರಣ್ ತನ್ನ ಅಜ್ಜಿಯರ ಬಗ್ಗೆ ಕೇಳಿದಾಗ, ಅವರು ಮೂರು ತಿಂಗಳ ಹಿಂದೆ ಅವರು ಸತ್ತರು ಎಂದು ಉತ್ತರಿಸಿದರು.

ಚರಣ್ ತನ್ನ ತಂದೆಯ ಏಳನೇ ಸ್ನೇಹಿತನನ್ನು ನೋಡಲು ಹೋದನು. ಅವನು ತನ್ನ ತಂದೆಯ ಬಗ್ಗೆ ಕೇಳುತ್ತಾನೆ ಮತ್ತು ಅವನ ತಂದೆ ಒಂದು ವಾರದ ಹಿಂದೆ ಉಳಿದುಕೊಂಡಿದ್ದಾನೆ ಎಂದು ಹೇಳುತ್ತಾನೆ ಮತ್ತು ಅವನು ತನ್ನ ಎಂಟನೇ ಸ್ನೇಹಿತನ ಮನೆಯಲ್ಲಿ ಉಳಿಯಲು ಹೋಗುವುದಾಗಿ ಹೇಳಿದನು. ಚರಣ್ ಅವರ ಮನೆಯ ಬಗ್ಗೆ ಕೇಳಿದಾಗ, ಮೂರು ತಿಂಗಳ ಹಿಂದೆ, ಮನೆಯನ್ನು ಮಾರಾಟ ಮಾಡಲಾಗಿದೆ ಏಕೆಂದರೆ ಅದು ತನಗೆ ದುರಾದೃಷ್ಟವನ್ನು ನೀಡುತ್ತದೆ ಎಂದು ಉತ್ತರಿಸಿದರು.

ಪ್ರಿಯಾ ತನ್ನ ತಾಳ್ಮೆ ಮತ್ತು ತಾಳ್ಮೆಯನ್ನು ಕಳೆದುಕೊಳ್ಳುತ್ತಾಳೆ, ಆದ್ದರಿಂದ ಅವರು ಅವನ ಬಳಿಗೆ ಏಕೆ ಹೋಗಬಹುದು ಎಂದು ಅವಳು ಹೇಳುತ್ತಾಳೆ ಆದರೆ ಅವನು ತನ್ನ ತಾಯಿಗೆ ಈ ಸಮಸ್ಯೆಯು ಅವಳ ತಾಳ್ಮೆ ಕಳೆದುಕೊಂಡಿದ್ದರಿಂದ ಪ್ರಾರಂಭವಾಯಿತು ಎಂದು ಹೇಳಿದನು. ಹಾಗಾಗಿ ತನ್ನ ತಂದೆಯನ್ನು ಕಾಣಬಹುದು ಎಂಬ ನಂಬಿಕೆಯನ್ನು ನೀಡುತ್ತದೆ.

ಚರಣ್ ತನ್ನ ತಂದೆಯ ಎಂಟನೇ ಸ್ನೇಹಿತನನ್ನು ನೋಡಲು ಹೋದನು. ಅವನು ತನ್ನ ತಂದೆಯ ಬಗ್ಗೆ ಕೇಳುತ್ತಾನೆ ಮತ್ತು ಅವನ ತಂದೆ ಒಂದು ವಾರದ ಹಿಂದೆ ಉಳಿದುಕೊಂಡಿದ್ದಾನೆ ಎಂದು ಹೇಳುತ್ತಾನೆ ಮತ್ತು ಅವನು ತನ್ನ ಒಂಬತ್ತನೇ ಸ್ನೇಹಿತನ ಮನೆಯಲ್ಲಿ ಉಳಿಯಲು ಹೋಗುವುದಾಗಿ ಹೇಳಿದನು. ಚರಣ್ ತನ್ನ ಸಹೋದರಿಯ ಬಗ್ಗೆ ಕೇಳಿದಾಗ, ಮೂರು ತಿಂಗಳ ಹಿಂದೆ ಅವಳು ಹುಡುಗನನ್ನು ಪ್ರೀತಿಸಿದ್ದರಿಂದ ಅವಳು ತೊರೆದಿದ್ದಾಳೆ ಎಂದು ಉತ್ತರಿಸಿದನು.

ಚರಣ್ ತನ್ನ ತಂದೆಯ ಒಂಬತ್ತನೇ ಸ್ನೇಹಿತನನ್ನು ನೋಡಲು ಹೋದನು. ಅವನು ಬಾಗಿಲು ತಟ್ಟಿದಾಗ, ಕೀರ್ತಿ ಬಾಗಿಲು ತೆರೆದಳು ಮತ್ತು ಅವನನ್ನು ನೋಡಿ ಗಾಬರಿಯಾದಳು, ಅವಳ ಕಣ್ಣಲ್ಲಿ ನೀರು ಬಂದಿತು ಆದರೆ ಅವಳು ಕಣ್ಣೀರನ್ನು ನಿಯಂತ್ರಿಸಿದಳು. ಕೀರ್ತಿಯ ಮೇಲಿನ ಪ್ರೀತಿಯನ್ನು ಹೇಳಲು ಇದು ಒಂದು ಕ್ಷಣ ಎಂದು ಚರಣ್ ಯೋಚಿಸಿದನು, ಆದ್ದರಿಂದ ಅವನು ಅವಳ ತಂದೆಗೆ ತನ್ನ ಪ್ರೀತಿಯನ್ನು ಹೇಳಿದನು, ಅವಳ ತಂದೆ ಕೋಪದಿಂದ ಅವನನ್ನು ಹೊಡೆದನು ಮತ್ತು ಚರಣ್ ಶಾಂತನಾಗಿ ಅವಳ ತಂದೆಯನ್ನು ಒಪ್ಪಿಸಿದನು, ನಂತರ ಅವಳ ತಂದೆ ಒಪ್ಪಿಕೊಂಡರು. ಅವನು ತನ್ನ ತಂದೆಯ ಬಗ್ಗೆ ಕೇಳುತ್ತಾನೆ ಮತ್ತು ಅವನ ತಂದೆ ಐದು ದಿನಗಳ ಹಿಂದೆ ಉಳಿದುಕೊಂಡಿದ್ದಾನೆ ಎಂದು ಹೇಳುತ್ತಾನೆ ಮತ್ತು ಅವನು ತನ್ನ ಹತ್ತನೇ ಸ್ನೇಹಿತನ ಮನೆಯಲ್ಲಿ ಉಳಿಯಲು ಹೋಗುವುದಾಗಿ ಹೇಳಿದನು. ಚರಣ್ ತನ್ನ ಹತ್ತನೇ ಸ್ನೇಹಿತನ ಬಗ್ಗೆ ಕೇಳುತ್ತಾನೆ, ಅವನು ಅವನಿಗೆ ದ್ರೋಹ ಮಾಡಿದ್ದೇನೆ ಎಂದು ಉತ್ತರಿಸಿದನು.

ಚರಣ್ ತನ್ನ ತಂದೆಯ ಹತ್ತನೇ ಸ್ನೇಹಿತನನ್ನು ನೋಡಲು ಹೋದನು. ಅವನು ತನ್ನ ತಂದೆಯ ಬಗ್ಗೆ ಕೇಳುತ್ತಾನೆ ಮತ್ತು ಅವನ ತಂದೆ ಮೂರು ದಿನಗಳ ಹಿಂದೆ ಉಳಿದುಕೊಂಡಿದ್ದಾನೆ ಎಂದು ಹೇಳುತ್ತಾನೆ ಮತ್ತು ಅವನು ಅವನ ಮನೆಗೆ ಹೋದನು ಎಂದು ಹೇಳಿದನು. ಚರಣ್‌ಗೆ ತುಂಬಾ

ಸಂತೋಷಪವಾಯಿತು, ಕೊನೆಗೆ ಅವನು ತನ್ನ ತಂದೆಯ ವಿಳಾಸವನ್ನು ಕಂಡುಕೊಂಡನು. ಚರಣ್ ತನ್ನ ತಪ್ಪಿನ ಬಗ್ಗೆ ಕೇಳುತ್ತಾನೆ, ಅವನು ತನ್ನ ಸ್ನೇಹಿತನಿಗೆ ದ್ರೋಹ ಮಾಡಿದ್ದೇನೆ ಎಂದು ಉತ್ತರಿಸಿದನು.

ಕೊನೆಗೂ ತನ್ನ ತಂದೆಯನ್ನು ಕಂಡ ಚರಣ್ ಖುಷಿಯಾಗಿದ್ದಾರೆ. ಕೊನೆಗೆ ತಂದೆಯ ನಿವಾಸದ ವಿಳಾಸ ಸಿಕ್ಕಿತು. ಚರಣ್ ಮತ್ತು ಪ್ರಿಯಾ ತಂದೆಯ ಮನೆಗೆ ಹೋದರು. ಎಲ್ಲಾ ನೆನಪುಗಳನ್ನು ಫೋಟೋಗಳಾಗಿ ಅರಿಸಿ ಗೋಡೆಗಳ ಮೇಲೆ ನೇತುಹಾಕಿರುವುದನ್ನು ಅವನು ನೋಡಿದನು. ಅವನು ತನ್ನ ತಂದೆ ಮತ್ತು ತಾಯಿಯ ಎಳೆಯ ಫೋಟೋಗಳನ್ನು ನೋಡಿ ಕಣ್ಣೀರು ಸುರಿಸಿದನು. ಅವನು ತನ್ನ ತಂದೆಯನ್ನು ಹುಡುಕುತ್ತಿದ್ದನು ಆದರೆ ಬೇರೆ ದಾರಿಯಿಲ್ಲ. ಹತ್ತಿರದ ಕೋಣೆಯಲ್ಲಿ ಧ್ವನಿ ಕೇಳುತ್ತಿದೆ. ಧ್ವನಿ ಅವನ ತಾಯಿಯ ಧ್ವನಿಯಾಗಿತ್ತು. ಅವನು ಕೋಣೆಗೆ ದೀರ್ಘ ಹೆಜ್ಜೆಗಳನ್ನು ಇಟ್ಟನು. ಹಳೆಯ ರೇಡಿಯೊದಲ್ಲಿ ಧೂಳು ತುಂಬಿದೆ. ಅದರ ಅಡಿಯಲ್ಲಿ, ಒಂದು ಸಣ್ಣ ವಿಸಿಟಿಂಗ್ ಕಾರ್ಡ್ ಇದೆ. ಆ ವಿಸಿಟಿಂಗ್ ಕಾರ್ಡ್‌ನಲ್ಲಿ ಲಿಖಿತ ರೂಪದಲ್ಲಿ ವಿಳಾಸವಿದೆ. ಚರಣ್ ಮತ್ತು ಪ್ರಿಯಾ ವಿಳಾಸಕ್ಕೆ ಹೋದರು.

ಅಲ್ಲಿ ಅವರು ತಂದೆಯನ್ನು ಹುಡುಕಿದರು. ಕೊನೆಗೆ ಒಬ್ಬ ಮುದುಕ ಕಲ್ಲಿನ ಬೆಂಚಿನ ಮೇಲೆ ಕುಳಿತಿದ್ದಾನೆ. ನಿಧಾನವಾಗಿ ಚರಣ್ ತನ್ನ ತಂದೆಯನ್ನು ಹುಡುಕುತ್ತಿರುವ ಮುದುಕನ ಕಡೆಗೆ ಚಲಿಸುತ್ತಾನೆ. ಅವನು ತನ್ನ ತಂದೆಯ ಹೆಸರನ್ನು ಮುದುಕನಿಗೆ ಅಳುತ್ತಾನೆ. "ಅಬಿಶಕ್!" ಎಂದು ಉದ್ಗರಿಸಿದರು. ಚರಣ್ ತನ್ನ ತಂದೆಯನ್ನು ಹುಡುಕಲು ಹೆಚ್ಚಿನ ಪ್ರಯತ್ನಗಳನ್ನು ಮಾಡಿದ ಕಾರಣ ಪ್ರಿಯಾ ಅವನ ತಂದೆಯಾಗಲು ಕಾಯುತ್ತಿದ್ದಳು. ಆದ್ದರಿಂದ ಅವನು ತನ್ನ ಬಹುಮಾನವನ್ನು ಪಡೆಯಬೇಕೆಂದು ಅವಳು ಬಯಸುತ್ತಾಳೆ. ಅದೃಷ್ಟವಶಾತ್ ಅವರು ತಮ್ಮ ತಂದೆಯ ಬಗ್ಗೆ ತಿಳಿದುಕೊಂಡರು. ಅವನ ತಂದೆ ತನ್ನ ತಲೆಯನ್ನು **90** ಡಿಗ್ರಿಗೆ ತಿರುಗಿಸಿದರು, ಅವನ ತುಟಿಗಳು ಸಾಮಾನ್ಯ ರೀತಿಯಲ್ಲಿ ನಗುತ್ತಿದ್ದವು ಮತ್ತು "ಚರಣ್.." ಎಂದು ಹೆಸರು ಹೇಳಿದವು ಮತ್ತು ಅವನ ತಂದೆಯ ಬಲಗಣ್ಣಿನಿಂದ ಸಣ್ಣ ಕಣ್ಣೀರು ಸಿಡಿಯಿತು. ಚರಣ್ ಉದ್ಗರಿಸಿದನು, ಕಣ್ಣೀರು ಸುರಿಸಿದನು ಮತ್ತು ತನ್ನ ತಲೆಯನ್ನು ತನ್ನ ತಂದೆಯ ಮೊಣಕಾಲುಗಳಿಗೆ ಮಂಡಿಯೂರಿದ. ಅವರು ತುಂಬಾ ಅಳುತ್ತಾ ತಮ್ಮ ತಾಯಿಯ **25** ವರ್ಷಗಳ ಹಿಡಿತದ ಬಗ್ಗೆ ಹೇಳಿದರು. ತನ್ನ ತಂದೆಯಿಂದಲೇ ದಿನನಿತ್ಯದ ಸಮಸ್ಯೆಗಳನ್ನು ಎದುರಿಸುತ್ತಿದ್ದೇನೆ ಎಂದು ಹೇಳಿದರು.

ಈ ದೃಶ್ಯದ ನಂತರ, ಚರಣ್ ತನ್ನ ತಂದೆ ಇಷ್ಟು ವರ್ಷಗಳ ಕಾಲ ಇಲ್ಲಿಯೇ ಏಕೆ ಇದ್ದರು ಎಂದು ಕೇಳುತ್ತಾನೆ. ಚರಣ್ ತನ್ನ ಆತ್ಮೀಯ ಸ್ನೇಹಿತನ ಮನೆಗಳಲ್ಲಿ ಏಕೆ ಅಲೆದಾಡುತ್ತಿದ್ದಾನೆ ಮತ್ತು ಅವನ ಮನೆಯಲ್ಲಿ ಉಳಿಯುವುದಿಲ್ಲ ಎಂದು ಕೇಳುತ್ತಾನೆ. ಚರಣ್ ತನ್ನ ತಂದೆಗೆ ಹಲವು ಪ್ರಶ್ನೆಗಳನ್ನು ಕೇಳುತ್ತಾನೆ ಆದರೆ ಅವನ ತಂದೆ ಮೌನವನ್ನು ಕಾಯ್ದುಕೊಳ್ಳುತ್ತಾನೆ. ಅವರ ತಂದೆ ಹೇಳಿದರು, "ಅದು ಮುಗಿದಿದೆಯೇ? ಬೇರೆ ಪ್ರಶ್ನೆಗಳು. ನೀವು ನಿಮ್ಮ ಮಾತು ಮುಗಿಸಿದ್ದೀರಿ. ನಿಮ್ಮ ಉತ್ತರಗಳನ್ನು ನಾನು ನಿಮಗೆ ಹೇಳುತ್ತೇನೆ. ನಾನು ಕಠಿಣ ಕೆಲಸದಲ್ಲಿದ್ದೆ, ಅದು ಕೆಲಸವಲ್ಲ, ಆದರೆ ಅದು. ಮಿಲಿಟರಿ, ರಾಷ್ಟ್ರ ಮತ್ತು ದೇಶಪ್ರೇಮ ನನ್ನನ್ನು ಆಯ್ಕೆ ಮಾಡಿದೆ.ನಾನು ಮಿಲಿಟರಿ ಬ್ಯಾಕ್‌ಅಪ್‌ನಲ್ಲಿ ಅದ್ಭುತವಾಗಿ ಕೆಲಸ ಮಾಡಿದ್ದೇನೆ.ಹಾಗಾಗಿ ಇತರಿಗೆ ಹೋಲಿಸಿದರೆ ನನ್ನ ಹಿರಿಯ ಮುಖ್ಯಸ್ಥನಿಗೆ ನನಗೆ ಹೆಚ್ಚು ಗೌರವವಿದೆ.ನಾನು ಕೊಡ್ಯೆಕೆನಾಲ್‌ಿಗ ಬಂದಾಗ ನನ್ನ ಹೆಂಡತಿಯ ಮಾತಿಗೆ ಬಿದ್ದೆ.ಆ ನಂತರ ನಾನು ಯೋಚಿಸಿದೆ ನಾನು

ಅನಾಥನಲ್ಲ, ಈಗ ನನಗೆ ನನ್ನ ಸ್ವಂತ ಸಂಸಾರವನ್ನು ಮಾಡುವ ಅವಕಾಶವಿದೆ, ಆದ್ದರಿಂದ ನಾನು ಮಿಲಿಟರಿ ಕೆಲಸಕ್ಕೆ ರಾಜೀನಾಮೆ ನೀಡಿ ನಿಮ್ಮ ತಾಯಿಯೊಂದಿಗೆ ನೆಲೆಸಲು ನಿರ್ಧರಿಸಿದೆ, ಆದರೆ ರಾಷ್ಟ್ರದ ಮೇಲಿನ ದೇಶಭಕ್ತಿ ನನಗೆ ರಾಷ್ಟ್ರದ ಕರ್ತವ್ಯವನ್ನು ಬಿಟ್ಟುಬಿಡಬೇಡಿ ಎಂದು ಸಲಹೆ ನೀಡಿತು. ಆದ್ದರಿಂದ ನಾನು ಆದನ್ನು ಮುಂದುವರೆಸಿದೆ. ಹಿರಿಯ ಮುಖ್ಯಸ್ಥರು ಕರ್ತವ್ಯವನ್ನು ಬಿಡುವುದಿಲ್ಲ ಎಂದು ಹಠ ಹಿಡಿದರು. ದೇಶಕ್ಕೆ ತುರ್ತು ಗಡಿ ದಾಳಿ 'ಲೋಂಗೆವಾಲಾ ಕದನ' ಬಂದಿತು. ಹೀಗಾಗಿ ಗಡಿಗಳ ಬಳಿ ಒಟ್ಟು **120** ಸೈನಿಕರು, ಆದರೆ ಪಾಕಿಸ್ತಾನದಲ್ಲಿ ಸುಮಾರು **2000** ರಿಂದ **3000** ಇದ್ದಾರೆ. ಸೈನಿಕರು ಆದ್ದರಿಂದ ಹಿರಿಯ ಕರ್ನಲ್ ಇತರ ಸೈನಿಕರನ್ನು ಯುದ್ಧದಲ್ಲಿ ಭಾಗವಹಿಸುವಂತೆ ಕೇಳಿಕೊಂಡರು ಆವರಲ್ಲಿ ಹೆಚ್ಚಿನವರು ಆದನ್ನು ನಿರಾಕರಿಸಿದರು, ಆದರೆ ಹಿರಿಯ ಮುಖ್ಯಸ್ಥರು ನನ್ನನ್ನು ಬ್ರೈನ್ ವಾಶ್ ಮಾಡಿದರು, ಹಾಗಾಗಿ ನಾನು ನಿಯಮಗಳನ್ನು ಒಪ್ಪಿಕೊಂಡೆ. ಯುದ್ಧದ ನಂತರ, ನಮ್ಮ ದೇಶವು ವಿಜಯವನ್ನು ಗಳಿಸಿತು. ಈ ಘಟನೆಯ ನಂತರ, ನಾನು ನಿನ್ನನ್ನು ಮತ್ತು ನಿನ್ನ ತಾಯಿಯನ್ನು ನೋಡಲು ಅನುಮತಿ ಕೇಳಿದೆ. ನಾನು ನಿಮ್ಮ ತಾಯಿಯನ್ನು ಭೇಟಿ ಮಾಡಲು ಯೋಚಿಸಿದೆ ಆದರೆ ನಾನು ಕೊಡೈಕೆನಾಲ್ ತಲುಪಿದಾಗ, ನೀವು ಮತ್ತು ನಿಮ್ಮ ತಾಯಿ ಇರಲಿಲ್ಲ. ನಾನು ಸಾಧ್ಯವಾದಷ್ಟು ವಿವರಗಳನ್ನು ಸಂಗ್ರಹಿಸಿದ್ದೇನೆ. ಆದರೆ ನಿಮ್ಮ ಮತ್ತು ನಿಮ್ಮ ತಾಯಿಯ ಬಗ್ಗೆ ಯಾವುದೇ ಮಾಹಿತಿ ಇಲ್ಲ. ಲೊಂಗೆವಾಲಾದ ಏಕೈಕ ಯುದ್ಧವು ಯುದ್ಧವನ್ನು ಪೂರ್ಣಗೊಳಿಸಲಿಲ್ಲ. ಭಾರತ-ಪಾಕಿಸ್ತಾನ ಯುದ್ಧ ಮುಂದುವರಿಯುತ್ತದೆ, ಆ ಯುದ್ಧದಲ್ಲಿ ನಾನೇ ಪ್ರಮುಖ ಪಾತ್ರ ವಹಿಸಿದ್ದೆ. ನಾನು ನಿನ್ನನ್ನು ಯಾವ ಸಮಯದಲ್ಲಾದರೂ ನೋಡಬಹುದು ಆದರೆ ನಾನು ಯಾವುದೇ ಸಮಯದಲ್ಲಿ ರಾಷ್ಟ್ರವನ್ನು ನೋಡಲಾರೆ. ಹಾಗಾಗಿ ನಾನು ಯುದ್ಧದ ವಿರುದ್ಧ ಹೋರಾಡಿದೆ, ಇನ್ನೊಂದು ಯುದ್ಧ, ಇನ್ನೊಂದು ಯುದ್ಧ, ಇನ್ನೊಂದು ಯುದ್ಧ, ಇತ್ಯಾದಿ. ನಾನು ಯುದ್ಧದಲ್ಲಿ ಬಳಸಲಾದ ಹೆಚ್ಚಿನ ಅಂಕಿಅಂಶಗಳ ಬಗ್ಗೆ ತಿಳಿಸಿದ್ದೇನೆ. ಆದರೆ ನಾನು ನಿಮ್ಮ ಬಗ್ಗೆ ಮತ್ತು ನಾನು ಹೋರಾಡುತ್ತಿರುವ ಜೀವನದ ಬಗ್ಗೆ ಏನನ್ನೂ ಕಲಿತಿಲ್ಲ. ಪ್ರತಿದಿನ ರಾಷ್ಟ್ರದ ಆರೋಗ್ಯ ಹೆಚ್ಚುತ್ತದೆ ಮತ್ತು ನನ್ನಲ್ಲಿ ದೇಶಭಕ್ತಿ ಹೆಚ್ಚಾಗುತ್ತದೆ. ಆದರೆ ನನ್ನ ಪ್ರೀತಿಯ ಹೆಂಡತಿಯ ವಿರುದ್ಧ ನಾನು ನನ್ನ ಪ್ರೀತಿಯನ್ನು ಕಳೆದುಕೊಂಡೆ. ನಾನು ಕಲಿತಷ್ಟೂ ಪ್ರಚಾರವೂ ಹೆಚ್ಚುತ್ತದೆ. ಅಂತಿಮವಾಗಿ, ನಾನು **54** ನೇ ವಯಸ್ಸಿನಲ್ಲಿ ನಿವೃತ್ತನಾದೆ (ಕರ್ನಲ್ ಶ್ರೇಣಿಯ ಅಧಿಕಾರಿ). ನಿಮ್ಮ ಮುಖ ಮತ್ತು ನಿಮ್ಮ ತಾಯಿಯ ಮುಖವನ್ನು ನೋಡಲು ನಾನು ನನ್ನ ಮಟ್ಟದಲ್ಲಿ ಪ್ರಯತ್ನಿಸಿದೆ ಆದರೆ ನನಗೆ ಸಾಧ್ಯವಾಗಲಿಲ್ಲ. ಕೊನೆಗೆ ನಿನ್ನನ್ನು ನೋಡುವ ಅವಕಾಶ ಸಿಕ್ಕಿತು ಆದರೆ ನಿನ್ನನ್ನು ಯಾವ ಮುಖದಿಂದ ನೋಡಬಹುದು. ನನ್ನಿಂದಾಗಿ ನೀವು ನಿಮ್ಮ ಬಾಲ್ಯವನ್ನು ಕಳೆದುಕೊಳ್ಳುತ್ತೀರಿ. ನಾನು ಕೊಡೈಕೆನಾಲ್ ಗೆ ಬಂದೆ. ಮತ್ತು ನಾನು ನಿನ್ನನ್ನೂ ನಿನ್ನ ತಾಯಿಯನೂ ನೋಡಿದೆನು. ಆದರೆ ನಾನು ನಿಮ್ಮ ತಂದೆ ಮತ್ತು ನೀವು ನನ್ನ ಹೆಂಡತಿ ಎಂದು ನಾನು ನಿಮಗೆ ಹೇಳಲಾರೆ ಏಕೆಂದರೆ ನಾನು ಸತ್ತಿದ್ದೇನೆ ಅಥವಾ ಇನ್ಯಾವುದೇ ಕಾರಣಗಳಿಗಾಗಿ ನನ್ನ ಹೆಂಡತಿಯನ್ನು ನಿಮಗೆ ಹೇಳಲಾಗಿದೆ. ಹಾಗಾಗಿ ನಾನು ಇಲ್ಲದೆ ನೀವು ನಿಮ್ಮ ಜೀವನವನ್ನು ಆನಂದಿಸುತ್ತೀರಿ ಎಂದು ನಾನು ಭಾವಿಸಿದೆ. ನಾನು ನಿನಗೆ ಇದನ್ನ ಹೇಳಿದರೆ, ನೀವು ಯಾವುದೇ ಅಪಾಯದಲ್ಲಿ ನನ್ನ ಮೇಲೆ ಕೋಪಗೊಳ್ಳುತ್ತೀರಿ. ಹಾಗಾಗಿ ಮಳೆಯೊಂದಿಗೆ ಕಣ್ಣೀರು ಸುರಿಸುತ್ತಾ ಮುಂದೆ ಸಾಗಿದೆ. ಮತ್ತು ನನ್ನ ಮೊದಲ ಸ್ನೇಹಿತನ ಮನೆಗೆ ಭೇಟಿ ನೀಡಿ ನನ್ನನ್ನು ಆತ್ಮೀಯವಾಗಿ ಸ್ವಾಗತಿಸಿದರು. ಆವರು ನನಗೆ ಕಾಫಿ ಕೊಟ್ಟರು ಒಂದು ದಿನ ಇಲ್ಲೇ ಇರಲು

ಕೇಳಿದರು ಮತ್ತು ನಾನು ಅವನ ಕುಟುಂಬದ ಬಗ್ಗೆ ಕೇಳಿದೆ, ಅವನು ಉತ್ತರಿಸಿದನು ಮೂರು ತಿಂಗಳ ಹಿಂದೆ, ಅವಳು ಸಣ್ಣ ಜಗಳದಿಂದಾಗಿ ಹೊರಟುಹೋದಳು. ರಾಷ್ಟ್ರವನ್ನು ಉಳಿಸಲು ದೇವರು ನನ್ನನ್ನು ಕಳುಹಿಸುತ್ತಾನೆ ಎಂದು ನಾನು ಅರ್ಥಮಾಡಿಕೊಂಡಿದ್ದೇನೆ, ನನ್ನ ಸ್ನೇಹಿತನ ಕುಟುಂಬಗಳಿಗೆ ಬದಲಾವಣೆಗಳನ್ನು ಮಾಡಲು ದೇವರು ನನ್ನನ್ನು ಈಗ ಕಳುಹಿಸುತ್ತಾನೆ. ಸಮಸ್ಯೆಯನ್ನು ವಿಶ್ಲೇಷಿಸಲು ಮತ್ತು ಬದಲಾವಣೆಗಳನ್ನು ಮಾಡಲು ಆದರೆ ನಾನು ಇದನ್ನು ಮಾಡಲು ಸಾಧ್ಯವಿಲ್ಲ, ದೇವರು ನನಗೆ ದೇಶವನ್ನು ಶಾಂತಿಯಿಂದ ಮಾಡಲು ಅವಕಾಶವನ್ನು ನೀಡಿದ್ದಾನೆ, ಈಗ ನಾನು ನಂಬಬಹುದಾದ ಯಾರಿಗಾದರೂ ಅವಕಾಶವನ್ನು ನೀಡಬೇಕು. ನನ್ನ ಆಯ್ಕೆಯಲ್ಲಿ ನೀನೊಬ್ಬನೇ. 'ಈಗ ನೀನು ನನ್ನ ಮಗನೆಂದು ನನ್ನ ಮಗನಿಗೆ ಸಾಬೀತುಪಡಿಸಬೇಕು. ಸಮಸ್ಯೆಯನ್ನು ವಿಶ್ಲೇಷಿಸಲು ಬನ್ನಿ ಮತ್ತು ನಿಮ್ಮ ಹೃದಯ ಏನು ಹೇಳುತ್ತದೋ ಅದನ್ನು ಮಾಡಿ ಮತ್ತು ನಿಮ್ಮ ಪರಿಹಾರವನ್ನು ವಿಶ್ಲೇಷಿಸಿ. ಕ್ವಿಕ್ ಮ್ಯಾನರ್ ನಲ್ಲಿ ಮಾಡು.' ಮೊದಲ ಬಾರಿಗೆ ನಾನು ನಿಮಗೆ 'ಕ್ಷಮಿಸಿ' ಎಂದು ಹೇಳಲು ಹೊರಟಿದ್ದೇನೆ.

ಚರಣ್‌ಗೆ ಪರಿಸ್ಥಿತಿ ಗೊತ್ತಿಲ್ಲ ಮತ್ತು ಅದನ್ನು ಅರ್ಥಮಾಡಿಕೊಂಡಿದ್ದಾನೆ. ಏನು ಮಾಡಬೇಕೆಂದು ಅವನು ಸ್ವಲ್ಪ ಯೋಚಿಸುತ್ತಾನೆ. ಅವರು ಹೆಚ್ಚು ವಿಧಾನಗಳನ್ನು ಯೋಚಿಸುತ್ತಾರೆ ಆದರೆ ಅವರು ವಿಫಲರಾಗುತ್ತಾರೆಯೇ ಅಥವಾ ಇಲ್ಲವೇ ಎಂಬ ಭಯವನ್ನು ಹೊಂದಿರುತ್ತಾರೆ. ಅಂತಿಮವಾಗಿ, ಅವರು ಆಲ್ ಇಂಡಿಯಾ ರೇಡಿಯೋ ಎಫ್‌ಎಂ ಕೇಳುವ ಜನರಿಗಾಗಿ ಒಂದು ಉಪಾಯವನ್ನು ನಿರ್ಧರಿಸಿದರು. ಅವರ ಸಮಸ್ಯೆಗಳ ಕುರಿತು ಸಾರ್ವಜನಿಕರೊಂದಿಗೆ ಮಾತನಾಡಿ ಅವರ ಸಮಸ್ಯೆಗಳಿಗೆ ಪರಿಹಾರ ಕಂಡುಕೊಳ್ಳಲು ಚಿಂತಿಸಿದರು.

ಮರುದಿನ ಚರಣ್ ಮತ್ತು ಅವನ ತಂದೆ ಅನುಮತಿ ಕೇಳಲು **ALL INDIA RADIOSTATION** ಗೆ ಹೋದರು. ಆದರೆ ಮ್ಯಾನೇಜರ್ ಅವರನ್ನು ಮಾತನಾಡಲು ಬಿಡುತ್ತಿಲ್ಲ. ಹಾಗಾಗಿ ಹಿರಿಯ ಮುಖ್ಯಸ್ಥರನ್ನು ಕರೆದು ಅನುಮತಿ ಕೇಳಿದರು. ವ್ಯವಸ್ಥಾಪಕರು ರೇಡಿಯೋ ಚರ್ಚೆಯ ಸಲಹೆಯನ್ನು ಅನುಮತಿಸಿದರು.

ಚರಣ್ ಮಾತನಾಡಲು ಸ್ವಲ್ಪ ನರ್ವಸ್ ಆದರು, ಆದರೆ ಭಯವನ್ನು ಹತೋಟಿಯಲ್ಲಿಟ್ಟುಕೊಳ್ಳಲು ತಮ್ಮ ಮಟ್ಟಿನ ಪ್ರಯತ್ನ ಮಾಡಿದರು. ಪ್ರಿಯಾ ಚರಣ್ ನನ್ನ ಹಾಗೆ ಮಾಡುವಂತೆ ಪ್ರೋತ್ಸಾಹಿಸುತ್ತಿದ್ದಳು. ಚರಣ್ ರೇಡಿಯೋ ಬೂತ್ ಗೆ ಹೋದ. ಅವನ ತಲೆಯ ಮೇಲೆ ಹೆಡ್‌ಫೋನ್ ಹಾಕಿ. ಮೈಕ್‌ಗಳು ಆನ್ ಆಗದ್ದವು, ಮತ್ತು ಅಂತಿಮವಾಗಿ, ಅವರು ಮಾತನಾಡುತ್ತಾರೆ. ಅವರು ಹೇಳಿದರು "ನಾನು ಚರಣ್, ಇಂದು ನಾನು ನೀವು ಎದುರಿಸುತ್ತಿರುವ ದೈನಂದಿನ ಸಮಸ್ಯೆಗಳ ಬಗ್ಗೆ ಮಾತನಾಡುತ್ತೇನೆ. ಪ್ರತಿಯೊಬ್ಬರಿಗೂ ಏನೋ, ಎಲ್ಲೋ, ಕೆಲವು ವ್ಯಕ್ತಿಗಳು, ಕೆಲವು ಕೆಲಸಗಳು, ಕೆಲವು ರೀತಿಯ ವಿಷಯಗಳ ಬಗ್ಗೆ ಭಯವಿದೆ, ಸರಿ. ನೀವು ಇತರರಿಂದ ಭಿನ್ನರು. ನೀವು ಯಾವುದರ ಬೆಲೆಯ ಬಗ್ಗೆ ಕೇಳೋಣ, ಆದರೆ ಯಾವುದರ ಮೌಲ್ಯದ ಬಗ್ಗೆ ಅಲ್ಲ, ನೀವು ಗಡಿಯಾರವನ್ನು ಖರೀದಿಸಬಹುದು ಆದರೆ ಸಮಯವನ್ನು ಅಲ್ಲ, ನೀವು ಮನೆಯಷ್ಟು ಆರಾಮದಾಯಕವಲ್ಲದ ಮನೆಯನ್ನು ಖರೀದಿಸಬಹುದು, ನೀವು ಆಹಾರವನ್ನು ಖರೀದಿಸಬಹುದು ಆದರೆ ರುಚಿಯನ್ನು ಅಲ್ಲ, ಸರಿ, ನೀವು ಪುಸ್ತಕವನ್ನು ಖರೀದಿಸಬಹುದು ಆದರೆ ಕಥೆಯಲ್ಲ. ಬೆಲೆಗಿಂತ ಬೆಲೆ ವಿಭಿನ್ನವಾಗಿದೆ. ಆದರೆ ಹೇಗಾದರೂ ನೀವು ಒಬ್ಬ ವ್ಯಕ್ತಿಯನ್ನು ಖರೀದಿಸಲು ಸಹ ಸಾಧ್ಯವಿಲ್ಲ. ಬೆಳಿಗ್ಗೆಯಿಂದ ರಾತ್ರಿಯವರೆಗೆ ನೀವು ವಿವಿಧ ಸಮಸ್ಯೆಗಳನ್ನು ಎದುರಿಸುತ್ತೀರಿ ಮತ್ತು ಆ ಸಮಸ್ಯೆಗಳನ್ನು ಕಾಳಜಿವಹಿಸುವ ಸುಂದರ ಜನರಿಗೆ ತೋರಿಸುತ್ತದೆ

ನಿಮಗಾಗಿ, ಆದು ನಿಮ್ಮ ತಾಯಿ, ನಿಮ್ಮ ತಂದೆ, ನಿಮ್ಮ ಹೆಂಡತಿ, ನಿಮ್ಮ ಸ್ನೇಹಿತ, ನಿಮ್ಮ ಸಾಕುಪ್ರಾಣಿಗಳು, ಯಾರೇ ಆಗಿರಬಹುದು, ಆದರೆ ನೀವು ಅವರ ಸ್ಥಾನದ ಬಗ್ಗೆ ಯೋಚಿಸಿದರೆ, ನೀವು ಏನು ಮಾಡುತ್ತೀರಿ, ಒಂದು ದೊಡ್ಡ ಪ್ರಶ್ನಾರ್ಥಕ ಚಿಹ್ನೆ, ಸರಿ, ನಾವು ಒಂದು ಕೆಲಸ ಮಾಡೋಣ. ಸಣ್ಣ ವಿಷಯವು ಒಂದು ಕಾರಣಕ್ಕಾಗಿ ಸಂಭವಿಸುತ್ತದೆ, ವಿದ್ಯಮಾನಗಳ ಉದ್ದೇಶವನ್ನು ಅರ್ಥಮಾಡಿಕೊಳ್ಳುವ ಮತ್ತು ಅದರಂತೆ ವರ್ತಿಸುವ ಮತ್ತು ಹೋರಾಡುವವನು ಮುಂದೆ ಚಲಿಸುತ್ತದೆ. ಸಂದರ್ಭಗಳನ್ನು ದೂಷಿಸುವುದು ಸುಲಭ. ಆದರೆ ಆಪಾದನೆಯನ್ನು ಒಪ್ಪಿಕೊಳ್ಳುವುದು ಕಷ್ಟ. ನೀವು ವ್ಯಕ್ತಿ, ವಸ್ತು, ಪ್ರಾಣಿ, ಸಮಯ, ಉಡುಗೆ, ಮನೆ, ಆಹಾರ ಇತ್ಯಾದಿಗಳನ್ನು ದೂಷಿಸುತ್ತೀರಿ ಆದರೆ ನಿಮ್ಮ ತಪ್ಪುಗಳನ್ನು ನೀವು ಒಪ್ಪಿಕೊಳ್ಳಲಿಲ್ಲ. ಇದು ಕಠಿಣವಾಗಿದ್ದರೂ, ಅದನ್ನು ನಿಯಂತ್ರಿಸಲು ನೀವು ನಿಮ್ಮ ಮಟ್ಟವನ್ನು ಅತ್ಯುತ್ತಮವಾಗಿ ಪ್ರಯತ್ನಿಸಬಹುದು. ನಿಮ್ಮ ತಾಯಿ ನಿಮಗಾಗಿ ಎಲ್ಲಿ ಕಾಯುತ್ತಿದ್ದಾರೆಂದು ಯೋಚಿಸಿ. ನಿಮ್ಮ ತಂದೆ ಎಲ್ಲಿ ನಿಮಗಾಗಿ ಕಾಯುತ್ತಿದ್ದಾರೆ ಎಂದು ಯೋಚಿಸಿ. ನಿಮ್ಮ ಹೆಂಡತಿ ನಿಮಗಾಗಿ ಎಲ್ಲಿ ಕಾಯುತ್ತಿದ್ದಾಳೆ ಎಂದು ಯೋಚಿಸಿ. ನಿಮ್ಮ ಒಡಹುಟ್ಟಿದವರು ನಿಮಗಾಗಿ ಎಲ್ಲಿ ಕಾಯುತ್ತಿದ್ದಾರೆಂದು ಯೋಚಿಸಿ. ನಿಮ್ಮ ಸಾಕುಪ್ರಾಣಿ ನಿಮಗಾಗಿ ಎಲ್ಲಿ ಕಾಯುತ್ತಿದೆ ಎಂದು ಯೋಚಿಸಿ. ಎಲ್ಲವೂ ನಿಮಗಾಗಿಯೇ ಇದೆ ಆದರೆ ನೀವು ಅದನ್ನು ಸರಿಯಾಗಿ ಬಳಸಿಕೊಳ್ಳುತ್ತಿಲ್ಲ. ನೀನು ಸುರಕ್ಷಿತವಾಗಿ ಬರುತ್ತೀಯಾ ಎಂದು ನಿನ್ನ ತಾಯಿ ಕಾಯುತ್ತಿಲ್ಲ. ನಿಮ್ಮ ತಂದೆ ನಿಮ್ಮ ಸಂಬಳಕ್ಕಾಗಿ ಕಾಯುತ್ತಿಲ್ಲ. ನಿಮ್ಮ ಒಡಹುಟ್ಟಿದವರು ನಿಮ್ಮ ಉಡುಗೊರೆಗಳಿಗಾಗಿ ಕಾಯುತ್ತಿಲ್ಲ. ನೀವು ಊಟವನ್ನು ಚೆನ್ನಾಗಿ ತಿನ್ನುತ್ತೀರೋ ಇಲ್ಲವೋ ಎಂದು ನಿಮ್ಮ ಹೆಂಡತಿ ಕಾಯುತ್ತಿಲ್ಲ. ನಿಮ್ಮ ಸಾಕುಪ್ರಾಣಿಗಳು ನಿಮ್ಮೊಂದಿಗೆ ಆಡಲು ಕಾಯುತ್ತಿಲ್ಲ. ಎಲ್ಲರೂ ನಿಮ್ಮ ಪ್ರೀತಿ ಮತ್ತು ಬೆಂಬಲಕ್ಕಾಗಿ ಕಾಯುತ್ತಿದ್ದಾರೆ. ಈ ಉದಾಹರಣೆಗಳು ಪ್ರೀತಿಯ ಒಂದು ಭಾಗ ಮಾತ್ರ. ಇದು ಪ್ರೀತಿ ಅಲ್ಲ. ಮತ್ತು ಅವರು ನಿಮ್ಮ ಪ್ರೀತಿಯನ್ನು ನಿರೀಕ್ಷಿಸುತ್ತಿದ್ದಾರೆ. ಆದರೆ ಕೆಲವರು ಏನು ಮಾಡುತ್ತಿದ್ದಾರೆ. ಅವರು ತಮ್ಮ ದೈನಂದಿನ ದಿನಚರಿಯಲ್ಲಿ ಒತ್ತಡ, ಉದ್ವೇಗ ಮತ್ತು ಖಿನ್ನತೆಯನ್ನು ಹೊಂದಿರುತ್ತಾರೆ ಮತ್ತು ಪ್ರೀತಿಪಾತ್ರರಿಗೆ ತಮ್ಮ ಕಹಿ, ಕೋಪವನ್ನು ತೋರಿಸುತ್ತಾರೆ. ಇದು ಸಂಬಂಧಗಳ ಮುರಿದ ರಾಷ್ಟ್ರಕ್ಕೆ ಕಾರಣವಾಗುತ್ತದೆ. ಪ್ರೀತಿಯ ಜನರು ಸುಮಾರು ಹಲವು ಗಂಟೆಗಳ ಕಾಲ ನಿಮಗಾಗಿ ಕಾಯುತ್ತಾರೆ. ನೀವು ಅವರ ನಾಸ್ಟಾಲ್ಜಿಯಾವನ್ನು ಅರ್ಥಮಾಡಿಕೊಳ್ಳದಿದ್ದರೆ ಮತ್ತು ನಿಮ್ಮ ಉಪಪ್ರಜ್ಞೆಯ ಅವರಿಗೆ ಭಾವನಾತ್ಮಕವಾಗಿ ನೋವುಂಟುಮಾಡುತ್ತದೆ ಎಂದು ಭಾವಿಸುವ ಯಾವುದೇ ಮಾತುಗಳನ್ನು ಮಾತನಾಡದಿದ್ದರೆ. ದಯವಿಟ್ಟು ನಿಮ್ಮ ಕೋಪವನ್ನು ನಿಮ್ಮ ಪ್ರೀತಿಯ ಜೀವಿಗಳಿಗೆ ತೋರಿಸಬೇಡಿ. ರಾತ್ರಿಯ ಆಕಾಶದಲ್ಲಿ ನಕ್ಷತ್ರಗಳು ಹೆಚ್ಚು, ಆದರೆ ಎಲ್ಲರೂ ಚಂದ್ರನ ಬಗ್ಗೆ ಮಾತನಾಡುತ್ತಾರೆ. ಧನ್ಯವಾದಗಳು."

**5** ಕೋಟಿ ಜನರು ಅದನ್ನು ಕೇಳುತ್ತಿದ್ದರು. ಅದನ್ನು ಕೇಳಿದವರೆಲ್ಲರೂ ಆ ಕ್ಷಣ ಅಳುತ್ತಿದ್ದರು. ಕೆಲವು ಅಂಗಡಿಗಳು ಸಹ ರಜೆ ನೀಡಿದವು ಮತ್ತು ಎಲ್ಲರೂ ಅವರವರ ಮನೆಯತ್ತ ನೋಡಿದರು ಮತ್ತು ಪ್ರತಿಯೊಬ್ಬರೂ ತಮ್ಮ ಸಮಸ್ಯೆಗಳನ್ನು ಹಂಚಿಕೊಂಡರು ತಮ್ಮ ಪರಿಹಾರವನ್ನು ಪಡೆದರು. ಅಭಿಶಾಕೆಯ **10** ಜನ ಸ್ನೇಹಿತರು ಕೂಡ ತಮ್ಮ ಕಳೆದುಹೋದ ಸಂಬಂಧಗಳನ್ನು ಪಡೆಯುತ್ತಿದ್ದರು ಮತ್ತು ಎಲ್ಲರೂ ಸಂತೋಷವಾಗಿದ್ದರು. ಈ ಘಟನೆಯನ್ನು ಅಭಿಶಾಕೆ ನಿರೀಕ್ಷಿಸಿದ್ದರು. ಪ್ರಿಯಾಳ ತಂದೆ ಬಿಡುಗಡೆಗೊಂಡರು ಮತ್ತು ಅವರು ಪರಸ್ಪರ

ಅಪ್ಪಿಕೊಂಡರು. ಮತ್ತು **10** ಸ್ನೇಹಿತರು ಭಾವನಾತ್ಮಕ ಭಾಷಣಕ್ಕಾಗಿ ಚರಣ್ ಅವರಿಗೆ ಧನ್ಯವಾದ ಸಲ್ಲಿಸುತ್ತಿದ್ದಾರೆ. ಕೀರ್ತಿ ಚರಣ್ ನನ್ನ ತಬ್ಬಿಕೊಂಡಳು. ಅವನ ತಂದೆ ತನ್ನ ಮಗ ಎಂದು ತುಂಬಾ ಹೆಮ್ಮೆಪಟ್ಟರು ಮತ್ತು ಚರಣ್‌ಗೆ "ನಾನು ಅವಳನ್ನು ಮದುವೆಯಾಗುತ್ತೇನೆ, ಚಿಂತಿಸಬೇಡ" ಎಂದು ಹೇಳಿದರು. ಅಭಿಶಾಕ ಒಂದು ಮೂಲೆಯಲ್ಲಿ ಅಳುತ್ತಿದ್ದಳು ಮತ್ತು ಚರಣ್ ತನ್ನ ಪ್ರೀತಿಯ ಹೆಂಡತಿಯನ್ನು ನೋಡುವಂತೆ ಕೇಳಿದನು. ಚರಣ್ ಎಲ್ಲರಿಗೂ ಬೈ ಹೇಳಿ ತಂದೆಯೊಂದಿಗೆ ಪ್ರಯಾಣ ಬೆಳೆಸಿದ್ದಾರೆ.

ಅವರು ಕೊಡ್ಯೆಕೆನಾಲ್ ತಲುಪಿದರು. ದಿವ್ಯ ನಗರದ ಸ್ವರ್ಗದಲ್ಲಿ ಎಲ್ಲರೂ ಸಂತೋಷಪಟ್ಟರು. ಎಲ್ಲರೂ ಚರಣ್ ಮತ್ತು ಅವನ ತಂದೆಯನ್ನು ಸ್ವಾಗತಿಸಿದರು. ಅವರ ತಂದೆ **20** ವರ್ಷಗಳಿಗೂ ಹೆಚ್ಚು ಕಾಲ ನಡೆದ ಪ್ರತಿ ಕ್ಷಣವನ್ನು ನೋಡುತ್ತಿದ್ದರು. ಅವನು ತನ್ನ ಪ್ರೀತಿಯ ಹೆಂಡತಿಯ ನೆನಪುಗಳನ್ನು ನೆನಪಿಸಿಕೊಳ್ಳುತ್ತಾನೆ. ಚಿಕ ಚರಣ್ ಬಳಿ ಬಂದು ಒಬ್ಬರನ್ನೊಬ್ಬರು ತಬ್ಬಿಕೊಂಡರು. ಗಫ್ಫೂರ್ ಅವನ ಬಳಿ ಬಂದು ಒಬ್ಬರನ್ನೊಬ್ಬರು ತಬ್ಬಿಕೊಂಡರು. ಮತ್ತು ಅಂತಿಮವಾಗಿ, ಗಫ್ಫೂರ್ ದೈವಿಕ ನಗರದ ಜನರಿಗೆ ಸತ್ಯವನ್ನು ಹೇಳುತ್ತಾನೆ. ಅವನು ಹೇಳಿದ "ನಾನು ಜಾನಾ ಎಂಬ ಕ್ರಿಶ್ಚಿಯನ್ ಮಹಿಳೆಯನ್ನು ಮದುವೆಯಾದೆ. ಅವಳು ನನ್ನೊಂದಿಗೆ ಮೆಕ್ಯಾನಿಕ್ಸ್ ಓದಿದ್ದಾಳೆ. ಮತ್ತು ನನ್ನನ್ನು ಮದುವೆಯಾದಳು. ನನಗೆ ಬರುವ ಕಡಿಮೆ ಸಂಬಳದಿಂದ ಅವಳನ್ನು ನೋಡಿಕೊಳ್ಳಲು ನನಗೆ ಸಾಧ್ಯವಿಲ್ಲ. ಅದಕ್ಕಾಗಿ ಅವಳು ನನ್ನನ್ನು ಒಂಟಿಯಾಗಿ ಬಿಟ್ಟಳು. ಒಂದು ಒಳ್ಳೆಯ ದಿನ ಅವರ ಕುಟುಂಬ ಆ ಸಮಯದಲ್ಲಿ ಅವಳನ್ನು ಕರೆದೊಯ್ದು ಬೇರೆ ಹುಡುಗನನ್ನು ಮದುವೆಯಾದಳು, ಅವಳು ನನ್ನ ಮಗಳ ಮೇಲೆ **10** ಪಟ್ಟು ಹೆಚ್ಚು ಪ್ರೀತಿ ಮತ್ತು ಬಿಂಬಲವನ್ನು ಹೊಂದಿದ್ದರಿಂದ ಅವಳು ಬಿಡಲಿಲ್ಲ, ಆದ್ದರಿಂದ ನಾನು ಮತ್ತು ನನ್ನ ಮಗಳನ್ನು ರಕ್ಷಿಸಲು ನಾನು ಅಲ್ಲಾಹನಲ್ಲಿ ಪ್ರಾರ್ಥಿಸುತ್ತೇನೆ. ಆ ಕ್ಷಣದಲ್ಲಿ ಆಶಿಕ್ ಗಫ್ಫೂರ್ ಅವರನ್ನು ತಬ್ಬಿಕೊಂಡು ಕ್ಷಮಿಸಿ ಎಂದು ವಿನಂತಿಸಿದರು. ಎಲ್ಲರೂ ತುಂಬಾ ಸಂತೋಷವಾಗಿದ್ದರು, ನಗುವ ಚಿಹ್ನೆಗಳು ಮತ್ತು ನಗುವ ಕ್ಷಣಗಳು ಮಾತ್ರ ನಡೆದವು.

ಕೊನೆಗೆ ಅಭಿಷೇಕ ತನ್ನ ಹೆಂಡತಿಯನ್ನು ನೋಡಲು ಹೋಗುತ್ತಿದ್ದನು. ಅವರು ಸ್ವಲ್ಪ ಕಷಿಯಲ್ಲಿದ್ದರು ಆದರೆ ಈಗ ಅವರು ಯುದ್ಧಗಳಿಗಿಂತ ಹೆಚ್ಚು ಧೈರ್ಯವನ್ನು ಹೊಂದಿದ್ದಾರೆ. ಅವನು ಮನೆಯನ್ನು ಪ್ರವೇಶಿಸಿದಾಗ, ಸಣ್ಣ ಸುಮಧುರ ಪಿಯಾನೋ ಸಂಗೀತದ ತುಣುಕು ಇರುತ್ತಿದೆ. ಮೊದಲಿನ ದೃಶ್ಯದಲ್ಲಿ ಅಭಿಷೇಕ ಹೇಳಿಕೊಟ್ಟ ಹಾಫ್ ಪಿಯಾನೋ ಹಾಡನ್ನು ಪಲ್ಲವಿ ಹಾಡುತ್ತಿದ್ದಳು. ಮತ್ತು ಅಂತಿಮವಾಗಿ, ಇಬ್ಬರೂ ಒಟ್ಟಿಗೆ ಹಾಡನ್ನು ಹಾಡಿದರು ಮತ್ತು ದೃಶ್ಯದಲ್ಲಿದ್ದ ಎಲ್ಲರೂ ಕಣ್ಣೀರು ಸುರಿಸುತ್ತಿದ್ದರು.

ಒಂದು ವರ್ಷದ ನಂತರ ಚರಣ್ ಮತ್ತು ಕೀರ್ತಿ ಮದುವೆಯಾದರು. ಮತ್ತು ಒಂದು ಗಂಡು ಮಗು ಜನಿಸಿತು. ಕೀರ್ತಿ ಚರಣ್‌ನ ನೆನಪುಗಳನ್ನು ಮರೆತ ತಪ್ಪು ಮಾಡಿದೆ. ಆದ್ದರಿಂದ ಅವಳು **4** ವರ್ಷಗಳ ಕಾಲ ಲಂಡನ್‌ನಲ್ಲಿ **FRCS** ಪದವಿಗಾಗಿ ಅರ್ಜಿ ಸಲ್ಲಿಸುತ್ತಾಳೆ. ಹೀಗಾಗಿ ಆಕೆ ತನ್ನ ಪತಿ ಹಾಗೂ ಮಗುವನ್ನು ಕೊಡ್ಯೆಕೆನಾಲ್ ನಲ್ಲಿ ಬಿಟ್ಟು ಹೋಗಿದ್ದಾಳೆ.

**4** ವರ್ಷಗಳ ನಂತರ, ಜುಲೈ **23, 1996** ರಂದು, ಅವಳು ತನ್ನ ಪದವಿ ಮುಗಿಸಿ ಕೊಡ್ಯೆಕೆನಾಲ್‌ಗೆ ಹಿಂತಿರುಗುತ್ತಿದ್ದಳು. ಚರಣ್ ಕೊಡ್ಯೆಕೆನಾಲ್ ರೈಲು ನಿಲ್ದಾಣದಲ್ಲಿ ಕಾಯುತ್ತಿದ್ದನು ಮತ್ತು ಯಾರೂ ಇರಲಿಲ್ಲ. ಚರಣ್ ಒಬ್ಬನೇ ಕಲ್ಲಿನ ಬೆಂಚಿನ ಮೇಲೆ ಸಣ್ಣ ಬಿಳಿ ಕೂದಲು, ಔಪಚಾರಿಕ

ಉಡುಪು ಮತ್ತು ಓದುವ ಲೋಟವನ್ನು ಹೊಂದಿದ್ದನು. ನಿಧಾನವಾಗಿ ಒಂದು ಸಣ್ಣ ಕೈ ಮೇಲೆತ್ತಿ ಚರಣ್ ಅವರ ತೊಡೆಯ ಮೇಲೆ ಇರಿಸಿತು. ಅದು ಚರಣ್ ಮಗ ಸಂಜಯ್. ಸಂಜಯ್ ತನ್ನ ತಾಯಿಗಾಗಿ ಕಾತರದಿಂದ ಕಾಯುತ್ತಿದ್ದಾನೆ. ಸಂಜಯ್ ಕೇಳುತ್ತಾನೆ "ಅಮ್ಮ ಯಾವಾಗ ಬರುತ್ತಾರೆ". "ಕೆಲವು ನಿಮಿಷ ಕಾಯಿರಿ, ಅವರು ಆಗಮಿಸುತ್ತಿದ್ದಾರೆ" ಎಂದು ಚರಣ್ ಉತ್ತರಿಸಿದರು. ನಿಧಾನವಾಗಿ ರೈಲು ಬಂದಿತು. ರೈಲ್ವೇ ಸ್ಟೇಷನ್‌ಗೆ ಕಾಲಿಡುತ್ತಿರುವ ಕೀರ್ತಿ ದೊಡ್ಡವಳಾಗಿದ್ದು, ಸಂಜಯ್‌ನ ಬೆಳವಣಿಗೆಯಿಂದ ಆಶ್ಚರ್ಯವಾಯಿತು. ಅವಳು ಮೂಕಳಾದಳು ಮತ್ತು ಒಬ್ಬರನ್ನೊಬ್ಬರು ತಬ್ಬಿಕೊಂಡರು ಮತ್ತು ಅಂತಿಮವಾಗಿ, ಸಂಜಯ್ ಹೇಳಿದರು: "ನಾನು ನಿನಗಾಗಿ ಕಾಯುತ್ತಿದ್ದೆ ಅಮ್ಮ, ನಿನ್ನನ್ನು ಪ್ರೀತಿಸುತ್ತೇನೆ." ಎಲ್ಲಾ ಮುಗಿದಿದೆ.

ಧನ್ಯವಾದಗಳು.

<u>ನೈತಿಕತೆ:</u>ಇದು ಒಂದು ಬಂಧ ಎಂದು ನೀವು ತಿಳಿದುಕೊಳ್ಳುವವರೆಗೂ ಸಂಬಂಧಗಳು ಬೇಸರಗೊಳ್ಳುತ್ತವೆ.

ಅಂತ್ಯ.

# VII
## একটি অপেক্ষা পেরম

এক সময় কোডাইকানালে চরণ নামে এক শিশু ছিল। পল্লবী নামে তার মা আছে। পল্লবী একজন সঙ্গীতশিল্পী এবং একজন চম?কার গায়িকা। তিনি তার শৈশবের দিনগুলি উপভোগ করেছিলেন। সে সবসময় তার বাবার কথা জিজ্ঞেস করে কারণ তার জন্মের সময় শুধুমাতর্ তার মা তার যত্ন নেয়। আর এখন প্যরন্ত সে তার বাবাকে দেখতে পায়নি। কিন্তু তার মা তাকে তার বাবার কথা বলেনি।

এবং স্কুলে, পর্তিটি সন্তানের বাবা তাদের সন্তানকে ড্রপ এবং নিতে, যা তার অধিকারী হবে। তাই পর্তিটি শিশু তাদের বাবার সাথে আসে, কিন্তু সে একাই তার মায়ের সাথে আসে। তাই সেদিন থেকেই বাবাকে ঘৃণা করতেন। চিদাম্ব্রম নামে তার একজন সত্য়বাদী বন্ধু আছে। চিদাম্ব্রমকে "চিকু"ও বলা হয়।

পর্তি গর্মষ্মের ছুটিতে, একটি মেয়ে তার ঠাকুরমার বাড়িতে আসবে যার নাম কীতির। ঠাকুরমার নাম ছিল সৌপনিরকা।

হঠা? একদিন, একটি অলৌকিক ঘটনা ঘটে, কোডাইকানালের অ্ধেরক যাতর্াপথে টায়ার পাংচারের কারণে একটি বাস থেমে গেছে, সেই জায়গায়, চরণ ছিল। টায়ার পাংচার দেখে তিনি ওই গর্ামের মেকানিককে টায়ারে বাতাস ভরতে অনুরোধ করে বাসটিকে সাহায়য় করেন। ওই পাহাড়ি এলাকায় গফুরই একমাতর্ মেধাবী মেকানিক, এবং সে দারিদের্য়র মধেয় রয়েছে এবং তার আশিক নামে একটি মেয়ে সন্তান রয়েছে। আশিকের বাবার উপর রাগ আছে কারণ সে তার মায়ের কথা তাকে জানায়নি। আর সবাই চরনকে ধন্য়বাদ জানিয়ে এই দায়িতব্ পালন করেন। সেই বাসে কীতিরও থাকত। এবং সেও তাকে ধন্য়বাদ জানায়, এবং চরণ এবং

কীর্তির ভালো বন্ধু হয়ে ওঠে।

এবং পর্তি বছর কীর্তির তার সাথে দেখা করতে আসবে। কিন্তু হঠা? করে 9ম শের্ণী থেকে কলেজে, সে ছুটিতে আসেনি। যতই দিন কাটছিল, তার স্মৃতি তার হৃদয়ে ম্লান হয়ে যাচ্ছিল। এবং তিনি তার স্কুল এবং কলেজ শেষ করেন। সে এবং তার বন্ধু চিকু তাদের অনেব্ষণ উপভোগ করছিল এবং চিরকাল মজা করছিল।

হঠা? একদিন, একই অলৌকিক ঘটনা ঘটে, কোডাইকানালের অধ্ধেরক যাতর্ায় টায়ার পাংচারের কারণে একটি বাস থেমে গেছে, সেই জায়গায় চরণ আর চিকু ছিল। একই বাস চালক তাকে মেকানিককে ডাকতে অনুরোধ করলেও সে তা পর্তয্াখ্যান করে। তারপর সে নিজে থেকে বাতাসে ভরে বাসে সাহায্য করল কারণ গফুর ভালো লাগছে না।

একই অবস্থা, এবং সবাই চরনকে ধনয্বাদ জানাল এই একটি মহান দায়িতব্ করার জনয্। তিনিও বাসে ঢুকলেন।

হঠা? করে, সে কীর্তিরকে দেখেছিল, কিন্তু সে তার মুখ চিনতে পারেনি এবং সে তার মুখও বুঝতে পারেনি। কিন্তু সে তাকে পর্থম দেখাতেই ভালোবাসে। কীরথির ঠাকুরমার বাড়ির কাছে একটি স্টপে, কীর্তির তার লাগেজ নিয়ে আনন্দে তার ঠাকুরমার বাড়ির দিকে যাচ্ছিল। কিন্তু চরণের মনে সন্দেহ আছে, কেন সে কীরথীর বাড়িতে যাচ্ছিল? এটি পরিষ্কার করার জনয্, তিনিও তাকে অনুসরণ করেছিলেন এবং তার সাথে কথা বলেছিলেন। ঠাকুমার বাড়িতে পৌঁছানোর পর, তার ঠাকুমা আদর করে কাঁদলেন যে তার নাতনী কীর্তির তার বাড়িতে এসেছে। তখন কেবল চরণ সব্ীকার করে যে সেই কীর্তির আর কীর্তির সব্ীকার করে যে চরণ। তারা দুজনেই পের্মের পর্কৃতিতে বিস্ময়কর অনুভব করে এবং আট বছর আগে তারা একসাথে দেখা করেছিল।

এরপর চরণ কীতরীর পের্মে পড়েন। চরণ কীর্তিরকে অনুসরণ করল। এবং একটি ভক্তিমূলক অনুষ্ঠানে, কীরথী সুন্দরভাবে বারাথানাটিয়ুম নাচছিলেন, যা চারণ ফোকাল দূর থেকে দেখেছিলেন এবং তিনি কল্পনা করেছিলেন যে তিনি কীরথির সাথে নাচছেন। এবং অবশেষে, তিনি কীতিরকে পর্স্তাব দেন, এবং তিনি পর্স্তাবটি গর্হণ করেন।

তারপর তারা পর্তি মিনিটে তাদের জীবন উপভোগ করেছে। এক সূক্ষ্ম দিনে, তারা দেখা করেছিল এবং কথা বলেছিল। কিন্তু তবুও, চরণ সন্দেহ করে কেন পর্তি গরীষ্মের অনুষ্ঠানে কীর্তির এখানে আসে। যাতে তিনি তার কাছে স্পষ্ট করতে চান। তিনি সহজভাবে বলেছিলেন যে এই অঞ্চলের বাইরেও যাদু রয়েছে এবং পর্তি বছর তিনি স্বরাধিক পরিমাণ জাদু খুঁজে বের করার চেষ্টা করতে এই

এলাকায় আসেন, কিন্তু প্রতি বছর তিনি এই জাদুটির সন্ধানে তার সময় নষ্ট করেন। এখন পর্যন্ত সে জাদু খুঁজে পায়নি। তাই তিনি তাকে এই এলাকার বাইরে যাদু খুঁজে পেতে সাহায্য করার জন্য অনুরোধ করেছিলেন। সেই দ্বিতীয় থেকে চরণ তার কাছে টুয়রিস্ট গাইড হিসেবে কাজ করে। তিনি এবং তিনি লেকে বোটিং, সাইকেল চালানো, রুটির অমলেট খাওয়া, মন্দির, গীজরা, মসজিদ, বোটানিক্যাল গার্ডেরন, বাড়িতে তৈরি চকলেট, ক্যাম্প ফায়ার, লং ড্রাইভ-ইন বাইক ইত্যাদির মতো আরও জায়গা পরিদর্শরন করেছেন। কিন্তু কিছুই কাজ করেনি।

সেই রাতে সে ঘুমায়নি এবং জাদুর কথা ভাবছিল। তিনি বই, সংবাদপতর্, নিবন্ধ, টিভি চ্যানেল ইত্যাদি উল্লেখ করেছেন। কিন্তু কাজ হয়নি। তিনি একই জিনিস করেছেন এবং অনেক উল্লেখ করেছেন, কিন্তু এটি কাজ করেনি। তাই তিনি তার মা, বন্ধু এবং লোকেদের উল্লেখ করলেন। একই জিনিস কীর্তির তার ঠাকুরমা, আত্মীয়সব্জন, বন্ধুবান্ধব, পরিবার ইত্যাদিকে জিজ্ঞাসা করেও করে। কিন্তু মানুষের ধারণা তাদের পক্ষে কাজ করেনি। তাই এটি ব্যথর হয়েছে।

নিস্তব্ধ রাতে চরণ ঘুমিয়ে ছিল। একটি বজ্রের আলো তার চোখ জাগিয়ে দিল, এবং বজ্রের শব্দ তার ভয় এবং মস্তিষ্ককে জাগিয়ে দিল। হঠা? ঘুম ভাঙল এবং ভোর ৩টা ৪৩ মিনিটে একটা আইডিয়া মনে হল। তিনি নিবন্ধগুলিতে একটি ধারণা অনুসন্ধান করেছিলেন এবং পরিকল্পনাটি পেয়েছিলেন।

পরের দিন, তিনি টেলিফোনে কীর্তিরকে একটি জায়গা দেখাতে আসেন। কীর্তির পোশাক পরে করিডোরে পরস্তুত হয়ে তার জন্য অপেক্ষা করছিল। অবশেষে, তিনি এসে কাপড় দিয়ে চোখ বন্ধ করে তাকে তুলে নিলেন। এবং একটি দীঘর ভর্মণ এবং অবশেষে, গন্তব্য পৌঁছেছেন. ধীরে ধীরে চরণ চোখ খুলে পিলারের পাথর থেকে কোডাইকানালের দৃশয় দেখাল। কীর্তির বাকরুদ্ধ হয়ে পড়েছিল যখন তার ফুসফুস দ্বারা নিঃশ্বাস নেওয়া বাতাসের সতেজতা অনুভব করেছিল যখন তার পা মাটিতে স্পশর করেছিল তখন তার কাঁপুনি পড়েছিল যখন এই দৃশয়টি দেখে তার চোখ তার অশ্রু সংকুচিত হয়েছিল যখন তার কান পাখির কথা শুনে তার আবেগগুলি ভালবাসায় উঠে আসে। সে চরনকে জড়িয়ে ধরে কেঁদে উঠল। তারপর তিনি তাকে বিয়ের পরস্তাব দেন এবং তিনিও রাজি হন। কীর্তির জিজ্ঞেস করলো কিভাবে সে এই দশরনীয় স্থান সম্পর্কের জানে। তিনি উত্তর দিলেন যে তার মা এবং নিজে শৈশবে এই জায়গায় এসেছিলেন।

2 বছর আগে, চিকু থানিস্কা নামে একটি মেয়েকে ভালবাসত। কিন্তু সে চিকুর সিনিয়র। সে তার ডিগির্ শেষ করেছে কিন্তু সে তার শেষ বছর করেছে।

কিন্তু তার বাবা মা জোর করে বিয়ে দেন। কিন্তু তিনি বাগদত্তার পরস্তাব পরতযাখযান করেন। বকেয়া থাকার কারণে তিনি চিকুর ডিগির পযরন্ত অপেকষা করতে পারেন না। তাই সে চিকুর সাথে সম্পকর ছিন্ন করে তার বাগদত্তাকে বিয়ে করে। চিকু একটা হাসিখুশি টাইপের, সে সবসময় কাউকে মজা দেয় আর হাসে। তাই তিনি এটাকেও মজা হিসেবে নেন তার বন্ধুরা।

এক সন্ধযায় চিকু, চরণ আর কীতির হোটেলে ছিল। এসময় চিকুর পেরমিকা তার সবামী ও তার সন্তানকে নিয়ে হোটেলে আসে। চিকু তার বাচ্চা দেখে হতবাক ও বিবরত। যখন তারা নিজেদের পরিচয় দিল। এই দৃশয সবকিছু ভেঙ্গে পড়েছে। শিশুটি চিকুকে ধাক্কা দেয়, এবং সে টেবিলের উপর পড়ে যায়, তার কাছে ওয়েটার গরম জলের জগটি ঠেলে দেয়, জগটি একটি মোটা মহিলার কাছে পড়ে যায় এবং জগটি তার দিকে ছুড়ে দেয় কিন্তু সে ভুলভাবে লকষয করে অনয বযবসায়ীকে আঘাত করে এবং সে সেগুলি অনয একজনের কাছে ফেলে দেয়। গরাহক এবং অনয একজনকে আঘাত করে এবং চলে যায়। এবং অবশেষে, মালিক সেই কাজটি বন্ধ করে দেয়, কিন্তু সেই জগটি আবার মালিককে আঘাত করে এবং এই পযারোডি লড়াইটি শেষ করে। সবাই নিরাপদে নিজ নিজ বাড়িতে ফিরে গেছে।

পরের দিন, কীতির দুঃখী ছিল কারণ তার বাবা-মাও একজন বাগদত্তা খুঁজছিলেন, তাই তিনি চরণকে তার সাথে দেখা করার জনয ডেকেছিলেন। সে খবরটা জানালে তার মন খারাপ হয়ে যায়। তারপর তিনি আমাকে বললেন যে এটি সমাধান করার জনয একটি সমাধান আছে। সমাধান হল, চরণ তার বাবার সাথে কথা বলতে চায় যে সে তাকে বিয়ে করতে চায়। কিন্তু তার মাকে নিয়ে ভয় আছে। যাতে তিনি তা অসবীকার করেন। তিনি আরও বার অনুরোধ করেছিলেন কিন্তু তিনি তা পরতযাখযান করেছিলেন। যাতে সে চরণের সাথে সম্পৃকর ছিন্ন করে। চরণ বিষণ্ণ ছিল। গফুর তাকে পরামশর দিলেও কাজ হয়নি। চিকু তাকে উপদেশ দিয়েছিল যে "তুমি ভাবছ আমি খুব খুশি হচ্ছ কিন্তু আসল ঘটনা হল আমি মনে মনে কাঁদছি, পরতি মিনিটে আমি থানিষকার কথা ভাবছি। হোটেলে তার সাথে দেখা হলে আমি থানিসকাকে বিবরত করতাম। এবং এখনও, এখন আমি তাকে ভালবাসি এবং সে এখন পযরন্ত আমাকে ভালবাসে কারণ যখন আমি তার চোখ দেখেছিলাম তখনও সেই একই ভালবাসা ছিল। আমি আমার ভালবাসার সুযোগ হারাচ্ছ। তবে আপনি যদি মনে করেন আপনি পরিবৃতরন করতে পারেন।"

এই কথাগুলো শুনে সে তার বাড়িতে গেল এবং তার মাকে চি?কার করে বলল, "কেন তুমি তাকে সবাধীনতা দিচ্ছ না"। তার বাবার সম্পৃকের খারাপ কথা না বলা পযরন্ত তার মা শান্ত এবং শান্ত ছিল। তখন তার মা তাকে তার বাবার কথা বলেন।

**25** বছর আগে, চরণের মা হর্দের কাছে একজন স্ট্রিট মিউজিশিয়ান এবং টুয়রিস্ট গাইড। একদিন, পল্লবী একটা সুন্দর গান গেয়েছে। তার কাছাকাছি, ভারতীয় সামরিক সৈন্যদের একটি বয়াচ ভরমণ আছে। সেই দলে অভিশাকে নামের এক সামরিক জেনারেল গানটি শুনে আবেগ গলে কান্নায় ভেসে যান। গান শেষ হলে সবাই তার পর্শংসা করে নিজ নিজ কাজে চলে গেল। তারপর তারা নিজেদের পরিচয় দিল। এবং তার জীবন সম্পকের কথা বলেন এবং তিনি একজন সঙ্গীতশিল্পীও কিন্তু তার দারিদের্য়র কারণে, তিনি তার সঙ্গীত ক্মরজীবন তয়াগ করেন এবং সামরিক স্কুলে নেতৃতব্ দেন কারণ খাবার, শিক্ষা এবং পোশাক বিনামূলেয়। তাই সেখানে যোগ দেন। তারপর তিনি তাকে কোডাইকানালের একটি টুয়র গাইড দেওয়ার জন্য় অনুরোধ করলেন। অথেরর জন্য়, সে মেনে নিয়েছে।

পরের দিন, তিনি এবং তিনি লেকে বোটিং, সাইকেল চালানো, রুটি অমলেট খাওয়া, মন্দির, গীজরা, মসজিদ, বোটানিকয়াল গাডেরন, বাড়িতে তৈরি চকলেট, কয়াম্প ফায়ার ইত্য়াদির মতো আরও জায়গা পরিদ্শরন করেন।

পরের দিন সে এসে কাপড় দিয়ে চোখ বন্ধ করে তাকে তুলে নেয়। এবং একটি দীঘর ভরমণ এবং অবশেষে, গন্তবয় পৌঁছেছেন. ধীরে ধীরে অভিশাকে চোখ খুলে পিলারের পাথর থেকে কোডাইকানালের দৃশয় দেখাল। পল্লবী বাকরুদ্ধ হয়ে পড়েছিল যখন তার ফুসফুসের বাতাসে সতেজতা অনুভব করেছিল যখন তার পা মাটিতে ছুঁয়ে পড়েছিল তখন সে কেঁপে উঠেছিল যখন তার চোখ এই দৃশয় দেখে তার অশরু সংকুচিত করে যখন তার কানে পাখির কথা শুনে তার আবেগ পের্মে উঠে আসে। সে চরনকে জড়িয়ে ধরে কেঁদে উঠল। তারপর তিনি তার বিয়ের পর্স্তাব দেন এবং তিনিও মেনে নেন এবং সফলভাবে বিয়ে করেন। সেখান থেকেই শুরু।

যখন সে গ্ভরাবস্থার শেষ প্য়রায়ে ছিল। অভিষেক ভারতীয় সীমান্তে কাজ করেছেন, সন্তান পরসবের আগে সীমান্তে মারামারি করতে চলে যান। তাই তিনি পর্তিশরুতি দিতে বলেছিলেন যে যতক্ষণ না তিনি না আসবেন, এই শিশুটি তার সম্পকের জানতে পারবে না। সে পর্তিশরুতিও দিয়েছিল। এই কারণে, শুধুমাত্র তিনি তাকে তার ছেলের কাছে তার বাবার কথা বলেননি। যখন তিনি যান, তিনি তাকে একটি অ্ধেরক পিয়ানো গান শিখিয়েছিলেন, এবং আরেকটি অ্ধেরক পিয়ানো গান তার পরিচিত ছিল। যাতে করে ভালোবাসাকে সঙ্গীতগতভাবে বোঝানো যায়।

এক বছর পার হলেও তিনি বাড়িতে আসেননি। তার খোঁজে তিনি তার ছেলেকে পর্তিবেশীর বাড়িতে রেখে যান। তার খোঁজে তিনি চেন্নাই মিলিটারি স্টেশনে যান। কিন্তু একই মুহূতের তিনি তার সন্তান ও স্তরীকে দেখতে কোডাইকানাল যান। কিন্তু দুভরাগয় দুঃখ দেয়, দুজনেই তাদের খোঁজে বিভিন্ন শহরে।

তাদের পর‌্তেয‌্কেই ভেবেছিল যে তারা তাদের হারিয়েছে।

তাই সেদিন থেকে তার জনয‌্ অপেক্ষা করতে লাগলাম। চরণের উরুতে শুয়ে বিশ‌্বাসের হাত ধরে কাঁদছে। তাই তখন সে বুঝতে পেরেছিল যে সে যদি সেই দিনের জনয‌্ অপেক্ষা করে তবে চরণের বাবা হবে, এই সমসয‌্াটি তার ধৈ‌র‌্যর হারানোর কারণে শুরু হয়েছিল।

চরণের বাবাকে দেখার ইচ‌্ছা আছে। তাই তার মাও তাকে তার বন‌্ধুদের ঠিকানা দিয়ে তার বাবা সম‌্পর‌্কের তথয‌্ সংগর‌্হ করতে সাহাযয‌্ করেছিলেন।

পরের দিন, কীর‌্তির চেন‌্নাইতে তার বসবাসের শহরে চলে যাচ্ছে। ঠাকুমা খুব কাঁদছিলেন কারণ তার নাতনি তার শহরে যাচ্ছে। চরণ তার কাছে ক্ষমা চেয়েছিল, কিন‌্তু সে সরি গর‌্হণ করেনি। তারপর তিনি কোডাইকানাল ছেড়ে চলে যান।

এক সপ‌্তাহ পর তিনি সামরিক জেনারেল অভিশাকে বই, পতর‌্-পতির‌্কা, নিবন‌্ধ, টিভি চয‌্ানেল ইতয‌্াদিতে খুঁজলেন, তারপর তিনি তার বাবার বন‌্ধুদের সাথে দেখা করে তথয‌্ ও ঠিকানা সংগর‌্হ করার চিন‌্তা করলেন। তাই ওই মেকানিক গফুর তার বাড়িতে এসে বাবাকে খুঁজতে একটি বাইক দেয়। সেই সাহাযযে‌্র জনয‌্ তিনি গফুরকে জড়িয়ে ধরেন। আর অনেকে চরণের কাছে কিছু টাকাও দিয়েছেন। এবং চরণ একটি পর‌্তিশর‌্রুতি দেয় যে সে তার বাবাকে খুঁজে পাবে এবং তাদের সাথে বসবাস করবে। তিনি অবশেষে সবাইকে বললেন যে তিনি তার বাবাকে খুঁজতে যাচ্ছেন।

হিল স‌্টেশন থেকে বেরিয়ে যাওয়ার পর দীর‌্ঘ যাতর‌্াপথে তার জীবনযাতর‌্ার কথা মনে পড়ছে। তিনি পর‌্তিটি মাইল অতিকর‌্ম করে তার জীবনের মাইলফলক সম‌্পর‌্কের চিন‌্তা করেছিলেন। তিনি তার সমসয‌্ার কথা চিন‌্তা করেছিলেন এবং হৃদয় থেকে তার সমাধান খুঁজেছিলেন।

তারপর অবশেষে, চরণ তার বাবাকে খুঁজতে চেন‌্নাই পৌঁছেন। চরণের কাছে তার বাবার বয‌্াচের ছবি, বাবার বন‌্ধুদের ঠিকানা, পানি ভর‌্তির বোতল, মায়ের ছবি, পরার কিছু জামাকাপড়, মানুষের কাছ থেকে কিছু টাকা। তার বাবার দশজন বন‌্ধু আছে।

বাবার পর‌্থম বন‌্ধুকে দেখতে গিয়েছিলেন চরণ। সে তার বাবার কথা জিজ্ঞেস করে এবং তাকে জানায় যে তার বাবা দুই সপ‌্তাহ আগে থেকেছে, এবং সে বলেছে যে সে তার দিব‌্তীয় বন‌্ধুর বাসায় থাকবে। চরণ তার স‌্তরীর কথা জিজ্ঞেস করলে সে উত‌্তর দেয়, তিন মাস আগে ছোটখাটো ঝগড়ার কারণে সে চলে গেছে।

বাবার দিব‌্তীয় বন‌্ধুকে দেখতে গেলেন চরণ। সে তার বাবার কথা জিজ্ঞেস করে এবং তাকে জানায় যে তার বাবা দুই সপ‌্তাহ আগে থেকেছে, এবং সে বলেছে যে

সে তার তৃতীয় বন্ধুর বাসায় থাকবে। চরণ তার বাবা-মায়ের কথা জিজ্ঞেস করলে সে উত্তর দেয়, চার মাস আগে স্ত্রীর কারণে তারা চলে গেছে।

বাবার তৃতীয় বন্ধুকে দেখতে গেলেন চরণ। সে তার বাবার কথা জিজ্ঞেস করে এবং তাকে জানায় যে তার বাবা দুই সপ্তাহ আগে থেকেছে, এবং সে বলেছে যে সে তার চতুর্থ বন্ধুর বাসায় থাকবে। চরণ তার মদ্যপানের নেশা সম্পর্কের জিজ্ঞেস করে, সে উত্তর দেয় যে তিন মাস আগে, তার সেই পদক পাওয়ার উচ্চাকাঙ্ক্ষা, কিন্তু অবসর নেওয়ার কারণে তা চলে গেছে।

চরণ তার বাবার চতুর্থ বন্ধুকে দেখতে গেল। সে তার বাবার কথা জিজ্ঞেস করে এবং তাকে জানায় যে তার বাবা দুই সপ্তাহ আগে থেকেছে, এবং সে বলেছে যে সে তার পঞ্চম বন্ধুর বাড়িতে থাকবে। চরণ তার দুঃখের কথা জিজ্ঞেস করে, সে উত্তর দেয় যে তিন সপ্তাহ আগে, অন্য একজন তার গোপনীয়তা হ্যাক করেছিল।

চরণ তার বাবার পঞ্চম বন্ধুকে দেখতে গেল। দরজায় নক করলে পির্য়া নামের নয় বছরের এক মেয়ে দরজা খুলে বাবার কথা জিজ্ঞেস করে। তারপর চরণ পির্য়াকে কিছু খাবার তৈরি করে তাকে দিয়ে সাহায্য করেছিল। চরণ তার বাবার কথা জিজ্ঞেস করে, সে উত্তর দেয় যে তিন সপ্তাহ আগে ঋণের কারণে তাকে গের্প্তার করা হয়েছে, ঋণটি তার স্কুলের ফি হিসাবে দেওয়া হয়েছিল। চরণ তার মা সম্পর্কের জিজ্ঞাসা করে, এবং পির্য়া উত্তর দেয় যে পির্য়ার জন্মর সময় তার মা মারা যায়। সে তার বাবার কথা জিজ্ঞেস করে এবং তাকে জানায় যে তার বাবা দুই সপ্তাহ আগে থেকেছে, এবং সে বলেছে যে সে তার ষষ্ঠ বন্ধুর বাসায় থাকবে।

চরণ তার মেজাজ এবং ধৈর্য হারায়, কিন্তু তার মায়ের কথায় "এই সমস্যাটি তার ধৈর্য হারানোর কারণে শুরু হয়েছিল।" তাই রাত হয়ে গেছে পির্য়ার বাসায় থেকেছে। সে ভাবছে কেন তার বাবা এইসব বোকামি করেছে। সে জানে তার বাবা তাকে কিছু বলছে।

পরের দিন, তিনি তার বাবার আরও পাঁচ বন্ধুর সাথে দেখা করার জন্য পর্স্তুত হন। চরণের সঙ্গে পির্য়াও তার সঙ্গে যাওয়ার পর্স্তুতি নিল।

চরণ তার বাবার ষষ্ঠ বন্ধুকে দেখতে গেল। সে তার বাবার কথা জিজ্ঞেস করে এবং তাকে জানায় যে তার বাবা এক সপ্তাহ আগে থেকেছে, এবং সে বলেছে যে সে তার সপ্তম বন্ধুর বাড়িতে থাকবে। চরণ তার দাদা-দাদীর কথা জিজ্ঞেস করে, সে উত্তর দেয়, তিন মাস আগে তারা মারা গেছে।

চরণ তার বাবার সপ্তম বন্ধুকে দেখতে গেল। সে তার বাবার কথা জিজ্ঞেস করে এবং তাকে বলে যে তার বাবা এক সপ্তাহ আগে থেকেছে, এবং সে বলেছে

যে সে তার অষ্টম বন্ধুর বাড়িতে থাকবে। চরণ তার বাড়ির কথা জিজ্ঞাসা করে, সে উত্তর দেয় যে তিন মাস আগে বাড়িটি বিকির্ হয়ে গেছে কারণ এটি তাকে দুভরাগেয়র স্টের্াক দেয়।

পির্য়া তার মেজাজ এবং ধৈয়র হারিয়ে ফেলে, তাই সে বলে যে কেন তারা তার কাছে যেতে পারে কিন্তু সে তার মাকে বলেছিল যে এই সমস্যাটি তার ধৈয়র হারানোর কারণে শুরু হয়েছিল। তাই এটা একটা বিশ্বাস দেয় যে তার বাবাকে পাওয়া যাবে।

বাবার অষ্টম বন্ধুকে দেখতে গেলেন চরণ। সে তার বাবার কথা জিজ্ঞেস করে এবং তাকে বলে যে তার বাবা এক সপ্তাহ আগে থেকেছে, এবং সে বলেছে যে সে তার নবম বন্ধুর বাড়িতে থাকবে। চরণ তার বোনের কথা জিজ্ঞেস করে, সে উত্তর দেয় যে তিন মাস আগে সে একটি ছেলেকে ভালবাসত বলে সে চলে গেছে।

চরণ তার বাবার নবম বন্ধুকে দেখতে গেল। যখন সে দরজায় ধাক্কা দেয়, কীর্তির দরজা খুলে তাকে দেখে হতবাক হয়ে যায়, তার চোখে জল ছিল কিন্তু সে চোখের জল নিয়ন্তরণ করে। চরণ ভাবল এই মুহূর্তর কীরথীর পর্তি তার চরম ভালবাসা বলার, তাই সে তার বাবাকে তার ভালবাসা বলল, পর্থমে তার বাবা তাকে রাগে চড় মেরেছিল এবং চরণ শান্ত হয়ে তার বাবাকে রাজি করায়, তারপর তার বাবা মেনে নেয়। সে তার বাবার কথা জিজ্ঞেস করে এবং তাকে জানায় যে তার বাবা পাঁচ দিন আগে থেকেছে, এবং সে বলেছে যে সে তার দশম বন্ধুর বাড়িতে থাকবে। চরণ তার দশম বন্ধু সম্পর্কের জিজ্ঞাসা করে, সে উত্তর দেয় যে সে তার সাথে বিশ্বাসঘাতকতা করেছে।

চরণ তার বাবার দশম বন্ধুকে দেখতে গেল। সে তার বাবার কথা জিজ্ঞেস করে এবং তাকে জানায় যে তার বাবা তিন দিন আগে থেকেছে, এবং সে বলল যে সে তার বাড়িতে গেছে। চরণ এতই খুশি যে অবশেষে বাবার ঠিকানা খুঁজে পেল। চরণ তার অপরাধ সম্পর্কের জিজ্ঞাসা করে, সে উত্তর দেয় যে সে তার বন্ধুর সাথে বিশ্বাসঘাতকতা করেছে।

বাবাকে শেষ পর্যন্ত দেখে চরণ খুশি। অবশেষে বাবার বাসার ঠিকানা পেলেন। চরণ ও পির্য়া বাবার বাড়িতে গেল। তিনি দেখলেন সমস্ত স্মৃতি ফটো হিসাবে বাছাই করা হয়েছে এবং দেয়ালে টাঙানো হয়েছে। তিনি তার বাবা এবং মায়ের ছোট ফটো দেখেন এবং কান্নায় ভেঙে পড়েন। সে তার বাবাকে খুঁজছিল কিন্তু অন্য কোথাও যায় নি। পাশের ঘরে একটা আওয়াজ শোনা যাচ্ছ। কণ্ঠটি ছিল তার মায়ের কণ্ঠ। লম্বা পা ফেলে রুমের দিকে এলেন। ধুলোয় ভরা একটা পুরনো রেডিও আছে। এর নিচে একটি ছোট ভিজিটিং কার্ডের রয়েছে। ওই ভিজিটিং কার্ডের লিখিত

বিনয্াসে একটি ঠিকানা রয়েছে। চরণ আর পির্য়া ঠিকানায় গেল।

সেখানে তারা তার বাবার খোঁজ করেন। অবশেষে পাথরের বেঞ্চে বসে আছেন এক বৃদ্ধ। ধীরে ধীরে চরণ তার বাবাকে খুঁজতে বৃদ্ধের দিকে এগিয়ে যায়। সে বৃদ্ধের কাছে তার বাবার নাম ডাকল। "অবিশকে!" সে বিস্মিত হল. পির্য়া তার বাবা হওয়ার অপেক্ষায় ছিল কারণ চরণ তার বাবাকে খোঁজার জন্য় আরও চেষ্টা করেছিল। তাই তিনি তার পুরস্কার পেতে চান. ভাগিয়স সে তার বাবার কথা জানতে পেরেছে। তার বাবা তার মাথা **90** ডিগরীতে ঘুরিয়ে নিলেন, তার ঠোঁট সব্াভাবিকভাবে হাসল, এবং "চরন.." নামটি বলল এবং তার বাবার ডান চোখ থেকে একটি ছোট অশরু বেরিয়ে গেল। চরণ চি?কার করে কান্নায় ফেটে পড়ল এবং বাবার হাঁটুতে মাথা ঠেকিয়ে দিল। তিনি অনেক কেঁদেছিলেন এবং বলেছিলেন যে তার মায়ের **25** বছর ধরে ধরে রাখা হয়েছে। তিনি জানান, তার বাবার কারণে তার পর্তিদিনের সমস্য়ার সম্মুখীন হতে হয়।

এই দৃশেয়র পরে, চরণ জিজ্ঞাসা করে কেন তার বাবা এত বছর ধরে এখানে ছিলেন। চরণ তাকে জিজ্ঞাসা করে কেন তার ঘনিষ্ঠ বন্ধুর বাড়িতে ঘুরে বেড়ায় এবং তার বাড়িতে থাকে না। চরণ তার বাবাকে অনেক পর্শ্ন করে কিন্তু তার বাবা নীরবতা বজায় রাখেন। তার বাবা বললেন, "সেটা কি শেষ? অন্য় কোন পর্শ্ন। আপনি আপনার কথা শেষ করেছেন। আমাকে আপনার উত্তরগুলি বলি। আমি একটি কঠিন কাজে ছিলাম, এটি একটি কাজ নয়, কিন্তু এটি। সামরিক, জাতি এবং দেশপের্ম আমাকে বেছে নিন। আমি সামরিক বয়াকআপে দুদরান্ত কাজ করেছি। তাই অন্য়দের তুলনায় আমার সিনিয়র চিফ আমাকে অনেক বেশি সম্মান করেন। আমি যখন কোডাইকানালে আসি, তখন আমি কেবল আমার স্ত্রীর কণ্ঠ পড়েছিলাম। তারপরে, আমি ভেবেছিলাম যে আমি! আমি এতিম নই, এখন আমার নিজের পরিবার তৈরি করার সুযোগ রয়েছে। তাই আমি সামরিক বাহিনীতে চাকরি থেকে ইস্তফা দিয়ে আপনার মায়ের সাথে স্থায়ী হওয়ার সিদ্ধান্ত নিয়েছি। কিন্তু জাতির পর্তি দেশপের্ম আমাকে জাতির পর্তি আমার দায়িত্ব এড়িয়ে যাওয়ার পরামশর দিয়েছে। তাই আমি এটা চালিয়ে গেলাম। সিনিয়র চিফ ডিউটি না ছেড়ে দেওয়ার বয়াপারে এতটাই অনড় ছিলেন। একটি জরুরী বড়রার অ◯যাটাক এলো 'বয়াটল অফ লংগেওয়ালার'। সৈন্য়রা তাই জেয়্ষ্ঠতম ক্নেরল অন্য়ান্য় সৈন্য়দের যুদ্ধ অংশগর্হণ করতে বললেন, তাদের অধিকাংশই তা পর্ত্য়াখ্য়ান করেছিল, এমনকি আমিও। সিনিয়র চিফ আমার মগজ ধোলাই করেছেন, তাই আমি শ্তর মেনে নিলাম। যুদ্ধের পর আমাদের জাতি বিজয় লাভ করে। এই ঘটনার পর

আমি তোমাকে আর তোমার মাকে দেখার অনুমতি চাইলাম। আমি ভেবেছিলাম তোমার মায়ের সাথে সারপ্রাইজ ভিজিট করব কিন্তু যখন আমি কোডাইকানাল পৌঁছলাম, তুমি আর তোমার মা সেখানে ছিলে না। আমি যতটা সম্ভব বিস্তারিত সংগ্রহ করেছি। কিন্তু তোমার আর তোমার মায়ের কোন খবর নেই। লংগেওয়ালার একমাত্র যুদ্ধ যুদ্ধ শেষ করেনি। ভারত-পাকিস্তান যুদ্ধ চলছে, সেই যুদ্ধে আমি প্রধান ভূমিকা পালন করেছি। আমি তোমাকে যে কোন সময় দেখতে পারি কিন্তু জাতিকে কোন সময় দেখতে পারি না। তাই আমি যুদ্ধর বিরুদ্ধ যুদ্ধ করেছি, আরেকটি যুদ্ধ, আরেকটি যুদ্ধ, আরেকটি যুদ্ধ ইত্যাদি। আমি যুদ্ধ ব্যবহৃত আরও স্টয়্যাটিক্স সম্পর্কের অবহিত করেছি। কিন্তু আমি তোমার সম্পর্কের এবং আমি যে জীবন নিয়ে সংগ্রাম করেছি তার সম্পর্কের কিছুই শিখিনি। প্রতিদিন দেশের সব্বাস্থয় বৃদ্ধি পায় এবং আমার ভিতরে দেশপ্রেম বৃদ্ধি পায়। কিন্তু আমি আমার পরমময় স্ত্রীর কাছে আমার ভালবাসা হারিয়েছি। আমি যত বেশি শিখেছি, তত বেশি প্রচার পেয়েছি। অবশেষে, আমি **54** বছর বয়সে (কর্নেল-যরাঙ্ক অফিসার) অবসর গ্রহণ করি। আমি যথাসাধ্য চেষ্টা করেছি তোমার আর তোমার মায়ের মুখ দেখার কিন্তু পারিনি। শেষ প্যযরন্ত তোমাকে দেখার সুযোগ পেলাম কিন্তু কোন মুখ দিয়ে তোমাকে দেখতে পাবো। আমার জন্য তুমি তোমার শৈশব হারাবে। কোডাইকানাল এলাম। এমনকি আমি তোমাকে এবং তোমার মাকে দেখেছি। কিন্তু আমি তোমাকে বলতে পারব না যে আমি তোমার বাবা আর তুমি আমার স্ত্রী কারণ আমার স্ত্রী তোমাকে বলা হয়েছিল আমি মারা গেছি বা অন্য কোনো কারণে। তাই আমি ভেবেছিলাম তুমি আমাকে ছাড়া তোমার জীবন উপভোগ করবে। আমি যদি তোমাকে এই কথা বলে থাকি তাহলে তুমি যে কোনো ঝুঁকি নিয়ে আমার ওপর রাগ করবে। তাই আমি বৃষ্টির সাথে চোখের জল ঢেলে এগিয়ে গেলাম। এবং আমার প্রথম বন্ধুর বাড়িতে গিয়ে আমাকে উষ্ণ অভ্যথরনা জানাল। তারা আমাকে এক দিনের জন্য এখানে থাকার জন্য কফি দিয়েছিল এবং আমি তাকে তার পরিবার সম্পর্কের জিজ্ঞাসা করেছিলাম, সে উত্তর দেয় যে তিন মাস আগে, একটি ছোট লড়াইয়ের কারণে সে চলে গিয়েছিল। যাতে আমি বুঝতে পারি যে ঈশ্বর আমাকে জাতিকে বাঁচানোর জন্য পাঠিয়েছেন, ঈশ্বর আমাকে এখন পাঠিয়েছেন আমার বন্ধুর পরিবারে পরিবৃতরন আনতে। সমস্যা বিশ্লেষণ করে পরিবৃতরন করতে পারি কিন্তু আমি এটা করতে পারি না আল্লাহ আমাকে জাতিকে শান্তিতে পরিণত করার সুযোগ দিয়েছেন, এখন আমার এমন কাউকে সুযোগ দেওয়া উচিত যাকে আমি বিশ্বাস করতে পারি। আমার পছন্দের একমাত্র তুমি। 'এখন তোমাকে আমার ছেলের কাছে প্রমাণ করতে হবে যে তুমি আমার ছেলে। আসুন সমস্যাটি

বিশ্লেষণ করুন এবং আপনার হৃদয় যা বলে তা করুন এবং আপনার সমাধানটি বিশ্লেষণ করুন। এটি দরুত পদ্ধতিতে করুন।' পর্থমবার আমি তোমাকে 'দুঃখিত' বলতে যাচ্ছি।"

চরণ পরিস্থিতি জানেন না এবং বুঝতে পারে। সে কিছুক্ষণ ভাবছে কি করা যায়। তিনি আরও পদ্ধতির কথা ভাবেন তবে সেগুলি বয়থর হবে কি না তার ভয় রয়েছে। অবশেষে, তিনি অল ইন্ডিয়া রেডিও এফএম শোনেন এমন লোকেদের জন্য় একটি ধারণার সিদ্ধান্ত নেন। তিনি জনসাধারণের কাছে তাদের সমস্য়ার কথা বলার এবং তাদের সমস্য়ার সমাধান খুঁজে বের করার চিন্তা করেছিলেন।

পরের দিন চরণ এবং তার বাবা অনুমতি চাইতে অল ইন্ডিয়া রেডিওস্টেশনে যান। কিন্তু ম্য়ানেজার তাদের কথা বলতে ছাড়ছেন না। তাই তারা সিনিয়র পর্ধানকে ফোন করে অনুমতি চান। ম্য়ানেজার রেডিও টক পরামর্শেরর অনুমতি দিয়েছেন।

চরণ কথা বলতে একটু ঘাবড়ে গেলেও ভয়কে নিয়ন্তর়ণ করার জন্য় সে তার স়বেরাচ্চ চেষ্টা করেছিল। পির্য়া চরনকে তা করতে উ?সাহ দিচ্ছল। চরণ রেডিও বুথে গেল। মাথায় হেডফোন লাগান। মাইক চালু ছিল, এবং অবশেষে, তিনি কথা বলেন। তিনি বললেন, "আমি চরণ, আজ আমি আপনার দৈন্নিদন সমস্য়ার কথা বলতে যাচ্ছি। পর্তেয়করই কিছু না কিছু ভয় আছে, কোথাও, কিছু বয়্ক্তি, কিছু চাকরি, কিছু ধরণের জিনিস, ঠিক আছে। আপনি অন়য়দের থেকে আলাদা। আপনি ধরুন যেকোন কিছুর দাম সম্পর্কের জিজ্ঞাসা করুন। কিন্তু কোন কিছুর মূল্য় সম্পর্কের নয়। আপনি একটি ঘড়ি কিনতে পারেন কিন্তু সময় নয়। আপনি এমন একটি বাড়ি কিনতে পারেন যা বাড়ির মতো আরামদায়ক নয়। আপনি খাবারের একটি অংশ কিনতে পারেন কিন্তু সবাদ নয়। ঠিক আছে। আপনি একটি বই কিনতে পারেন কিন্তু গল্প নয়। মূল্য় মূল্য় থেকে ভিন্ন। কিন্তু যাইহোক আপনি একজন বয়্ক্তিকেও কিনতে পারবেন না। সকাল থেকে রাত পৃষরন্ত আপনি বিভিন্ন সমস্য়ার সম্মুখীন হন, এবং সেই সমস্য়াগুলো দেখায় সেই ভালোবাসার মানুষের কাছে যারা যত্নশীল। আপনার জন্য়, এটি আপনার মা, আপনার বাবা, আপনার স্তরী, আপনার বন্ধু, আপনার পোষা পর়াণী, যে কেউ হতে পারে। কিন্তু আপনি যদি তাদের অবস্থানের কথা ভাবেন তবে আপনি কী করবেন। একটি বড় পর্শ্ন চিহ্ন। ঠিক আছে, আসুন আমরা এক কাজ করি। সামান্য় কিছু একটা কারণে ঘটে। এগিয়ে যায় পরিস্থিতিকে দোষ দেওয়া সহজ। কিন্তু দোষ সবীকার করা কঠিন। আপনি একজন বয়্ক্তি, একটি জিনিস, একটি পর়াণী, সময়, পোষাক, বাড়ি, খাবার

ইত্যাদিকে দোষারোপ করেন। কিন্তু আপনি আপনার ভুল স্বীকার করেননি। যদিও এটি কঠিন, আপনি এটি নিয়ন্ত্রণ করার জন্য় আপনার স্তরের স্বেরাত্তম চেষ্টা করতে পারেন। আপনার মায়ের কথা ভাবুন যেখানে তিনি আপনার জন্য় অপেক্ষা করছেন। আপনার বাবার কথা ভাবুন যেখানে তিনি আপনার জন্য় অপেক্ষা করছেন। আপনার স্তরীর কথা ভাবুন যেখানে সে আপনার জন্য় অপেক্ষা করছে। আপনার ভাইবোনদের সম্পর্কের চিন্তা করুন যেখানে তারা আপনার জন্য় অপেক্ষা করছে। আপনার পোষা পরাণী সম্পর্কের চিন্তা করুন যেখানে এটি আপনার জন্য় অপেক্ষা করছে। আপনার জন্য় সবকিছু আছে কিন্তু আপনি তা সঠিকভাবে বয়বহার করছেন না। তুমি নিরাপদে আসছ কিনা তোমার মা অপেক্ষা করছে না। তোমার বাবা তোমার বেতনের জন্য় অপেক্ষা করছে না। আপনার ভাইবোনরা আপনার উপহারের জন্য় অপেক্ষা করছে না। আপনার স্তরী অপেক্ষা করছে না আপনি আপনার দুপুরের খাবার ভালোভাবে খান কি না। আপনার পোষা পরাণী আপনার সাথে খেলার জন্য় অপেক্ষা করছে না। সবাই আপনার ভালবাসা এবং সম্থরনের জন্য় অপেক্ষা করছে। এই উদাহরণগুলি ভালবাসার একটি অংশ মাতর্। এটা ভালবাসা না. এবং তারা আপনার ভালবাসার অপেক্ষা করছে। কিন্তু কিছু মানুষ তারা কি করছে। তাদের দৈনন্দিন রুটিনে স্টের্স, টেনশন এবং বিষণ্নতা থাকে এবং তাদের তিক্ততা, কেরাধ ভালোবাসার মানুষের কাছে দেখায়। এটি সম্পর্কেরর ভাঙ্গা জাতির দিকে নিয়ে যায়। পির্য় মানুষ আপনার জন্য় পরায় এত ঘন্টা অপেক্ষা করে। আপনি যদি তাদের নস্টালজিয়া বুঝতে না পারেন এবং আপনার অবচেতন মনে যা কিছু বলুন তা তাদের মানসিকভাবে আঘাত করে। দয়া করে আপনার পির্য় পরাণীদের কাছে আপনার রাগ দেখাবেন না। রাতের আকাশে তারা বেশি, কিন্তু সবাই চাঁদের কথা বলে। ধন্য়বাদ।"

৫ কোটি মানুষ শুনছিল। শুনে সবাই কেঁদে ফেলল। এমনকি কিছু দোকান ছুটি দিয়েছে এবং পর্তেয়কে তাদের বাড়ির দিকে তাকিয়ে আছে এবং পর্তেয়কে তাদের সমস্য়াগুলি তাদের সমাধানের জন্য় ভাগ করে নিয়েছে। এমনকি অভিশেকের **10** জন বন্ধু তাদের হারানো সম্পর্ক অজরন করে এবং সবাই খুশি ছিল। এই ঘটনা পর্তয়াশিতই ছিল অভিশেকে। পির্য়ার বাবাকে ছেড়ে দিয়ে তারা একে অপরকে জড়িয়ে ধরে। এবং **10** জন বন্ধু একটি আবেগপূণর বক্তৃতার জন্য় চরণকে ধন্য়বাদ জানাচ্ছে। চরনকে জড়িয়ে ধরল কীর্তির। তার বাবা তার ছেলে হিসেবে খুব গ্বিরত এবং চরণকে বললেন, "আমি তাকে বিয়ে করব, চিন্তা করো না।" অভিশেকে এক কোণে কাঁদতে কাঁদতে চরণকে তার পির্য়তমা স্তরীকে দেখতে বললেন। চরণ

সবাইকে বিদায় জানায় এবং তার বাবার সাথে যাত্রা করে।

তিনি কোডাইকানাল পৌঁছেছেন। ঐশ্বরিক নগরী সব্গেরর সকলেই খুশি হলেন। সবাই চরণ ও তার বাবাকে স্বাগত জানাল। তার বাবা **20** বছরেরও বেশি সময় ধরে সংঘটিত পর্তিটি মুহূতরকে দেখেছিলেন। তিনি তার পির্য় স্তরীর স্মৃতি মনে করছেন। চিকু চরণের কাছে এসে একে অপরকে জড়িয়ে ধরল। গফুর কাছে এসে একে অপরকে জড়িয়ে ধরল। এবং অবশেষে গফুর ঐশ্বরিক নগরবাসীর কাছে সত্য বলেন। তিনি বলেন, "আমি জানা নামের একজন খির্স্টান মহিলাকে বিয়ে করেছি। সে আমার কাছে মেকানিক্স নিয়ে পড়াশোনা করেছে। এবং আমাকে বিয়ে করেছে। আমার বেতন কম হওয়ায় আমি তার দেখাশোনা করতে পারি না। সে জনয় সে আমাকে একা রেখে গেছে। একদিন ভালোই তাদের পরিবার। তাকে নিয়ে অন্য একজনকে বিয়ে করে সে সময়ও সে চলে যায় নি কারণ আমার মেয়ের পর্তি আমার ১০ গুণ বেশি ভালোবাসা এবং সম্থরন আছে তাই আমি আল্লাহর কাছে পর্াথরনা করি যেন তিনি আমাকে এবং আমার মেয়েকে বাঁচান। এ সময় আশিক গফুরকে জড়িয়ে ধরে দুঃখ পর্কাশ করেন। সবাই খুব খুশি ছিল।

অবশেষে স্তরীকে দেখতে গিয়েছিলেন অভিশাকে। সে সামান্য তিক্ততার মধেয় ছিল কিন্তু এখন তার সাহস যুদ্ধের চেয়ে বেশি। তিনি যখন ঘরে পর্বেশ করলেন, তখন এক টুকরো পিয়ানো মিউজিক বেজে উঠছে। আগের দৃশেয় অভিশেকের শেখানো অধেরক পিয়ানো গানটি গাইছিলেন পল্লবী। এবং অবশেষে, তারা দুজনে একসাথে গানটি গাইলেন এবং দৃশেয়র পর্তেয়কেই কান্নায় ভেঙে পড়ল।

এক বছর পর চরণ ও কীর্তির বিয়ে করেন। এবং একটি পুরুষ শিশুর জন্ম হয়। কীর্তির একটা ভুল করেছিল যেটাও চরণের স্মৃতি ভুলে যায়। তাই তিনি **4** বছরের জন্য লন্ডনে **FRCS** ডিগির্র জন্য আবেদন করেন। তাই তিনি তার স্বামী এবং তার সন্তানকে কোডাইকানালে রেখে আসেন।


**4** বছর পর, **23** জুলাই, **1996** তারিখে, তিনি তার ডিগির্ শেষ করে কোডাইকানালে ফিরছিলেন। চরণ কোডাইকানাল রেলওয়ে স্টেশনে অপেক্ষা করছিল এবং সেখানে কেউ ছিল না। ছোট সাদা চুল, ফরমাল পোশাক আর পড়ার গ্লাসে চরণ একা একা পাথরের বেঞ্চ বসে ছিল। আস্তে আস্তে একটা ছোট হাত তুলে চরণের উরুতে রাখল। ওটা চরণের ছেলে সঞ্জয়। সঞ্জয় অধীর আগর্হে মায়ের জন্য অপেক্ষা করছে। সঞ্জয় জিজ্ঞেস করে "মা কখন আসবে।" চরণ উত্তর দিয়েছিল "কয়েক মিনিট অপেক্ষা কর, সে আসছে।" আস্তে আস্তে টের্ন আসছে। কীর্তির বয়স্ক

হয়ে রেলস্টেশনে ঢুকেছিল এবং সঞ্জয়ের বাড়া দেখে অবাক হয়েছিল। সে নির্বাক ছিল এবং একে অপরকে জড়িয়ে ধরে অবশেষে, সঞ্জয় বলেছিল: "আমি তোমার জন্য অপেক্ষা করছিলাম মা, তোমাকে ভালোবাসি।" সব শেষ.

ধন্যবাদ.

নৈতিক: সম্পর্কগুলি বিরক্তিকর হয় যতক্ষণ না আপনি বুঝতে পারেন এটি একটি বন্ধন।

শেষ.

# VIII
# એક પ્રતીક્ષા પૂરેમ

### ગુજરાતી

એક સમયે કોડાઈકેનાલમાં ચારણ નામનું એક બાળક રહેતું હતું તેની પલ્લવી નામની માતા છે. પલ્લવી એક સંગીતકાર અને ઉત્તમ ગાયિકા છે. તે તેના બાળપણના દિવસો માણી રહ્યો હતો. તે હંમેશા તેના પતિ વિશે પૂછે છે કારણ કે જ્યારે તેનો જન્મ થયો હતો ત્યારે તેની માતા જ તેની સંભાળ લે છે. અને અત્યાર સુધી, તેણે તેના પતિને જોયા નથી. પરંતુ તેની માતાએ તેને તેના પતિ વિશે જણાવ્યું ન હતું

અને શાળામાં, દરેક બાળક પાસે તેમના બાળકને છોડવા અને ઉપાડવા માટે તેમના પતિ હોય છે, જે તેમના માટે માલિકીનું હશે. તેથી દરેક બાળક તેમના પતિ સાથે આવે છે, પરંતુ તે એકલા તેની માતા સાથે આવે છે. તેથી તે દિવસથી તે તેના પતિને નફરત કરવા લાગ્યો. તેમનો એક સાચો મિત્ર ચિદમ્બરમ છે. ચિદમ્બરમને "ચીક" પણ કહેવામાં આવે છે.

દર ઉનાળાની રજામાં, એક છોકરી તેની દાદીના ઘર આવશે, જેને કીર્તિ કહેવાય છે. દાદીનું નામ સોપર્નકિા હતું

અચાનક એક દિવસે એક ચમત્કાર થાય છે, કોડાઈકેનાલની અડધી મુસાફરીમાં ટાયર પંક્ચર થવાને કારણે બસ ઉભી રહી ગઈ છે, તે જગ્યાએ ચારણ હતા. જ્યારે તેણે ટાયરનું પંચર જોયું ત્યારે તેણે તે ગામના મિકેનિકને ટાયરમાં હવા ભરવા માટે વિનંતી કરીને બસને મદદ કરી. તે હિલ સ્ટેશનમાં, ગફુર એકમાત્ર પ્રતિભાશાળી મિકેનિક છે, અને તે ગરીબીમાં છે અને તેને આશિકિ નામની એક છોકરી છે. આશિકિને તેના પતિ પર ગુસ્સો છે કારણ કે તેણે તેણીને તેની માતા વિશે જણાવ્યું ન હતું અને બધાએ ચરણનો આભાર માન્યો કે આ એક મોટી જવાબદારી છે. એ બસમાં કીર્તિ પણ રોકાઈ. અને તેણીએ પણ તેમનો આભાર માન્યો, અને ચરણ અને કીર્તિ

સારા મતિરો બની ગયા.

અને દર વર્ષે કીર્તિ તેની પાસે મળવા આવશે. પરંતુ અચાનક 9મા ધોરણથી કોલેજ સુધી તે વેકેશનમાં આવ્યો ન હતો. જેમ જેમ દવિસો ધીરે ધીરે વીતતા ગયા તેમ તેમ તેની યાદો તેના હૃદયમાં ઓસરતી ગઈ. અને તેણે શાળા અને કોલેજનો અભ્યાસ પૂરો કર્યો. તે અને તેનો મતિર ચીકુ તેમની શોધખોળનો આનંદ માણતા હતા અને કાયમ આનંદ કરતા હતા.

અચાનક એક દવિસે એવો જ ચમત્કાર થાય છે, કોડાઈકેનાલની અડધી મુસાફરીમાં ટાયર પંકચર થવાને કારણે બસ ઉભી રહી ગઈ છે, એ જગ્યાએ ચારણ અને ચીકુ હતા. તે જ બસ ડ્રાઈવરે તેને મકિનેકિન બોલાવવાની વનિતી કરી, પરંતુ તેણે ના પાડી. પછી તેણે જાતે જ હવા ભરીને બસમાં મદદ કરી કારણ કે ગફુરને સારું નથી લાગતું
આવી જ પરસિ્થતિ થાય છે, અને બધાએ ચારણનો આભાર માન્યો કે આ એક મોટી જવાબદારી છે. તે પણ બસમાં પુરવેશ્યો.

અચાનક, તેણે કીર્તિને જોયો, પરંતુ તે તેનો ચહેરો ઓળખી શક્યો નહીં અને તેણીને તેનો ચહેરો ખ્યાલ ન આવ્યો. પરંતુ તે તેણીને પ્રથમ નજરમાં જ પ્રેમ કરતો હતો. કીર્તિના દાદીમાના ઘર પાસેના એક સ્ટોપ પર, કીર્તિ તેનો સામાન લઈને આનંદ સાથે તેના દાદીમાના ઘરે જઈ રહી હતી. પણ ચારણને શંકા છે કે તે કીર્તિના ઘરે કેમ જતી હતી? તે સ્પષ્ટ કરવા માટે, તે પણ તેણીની પાછળ ગયો અને તેણી સાથે વાત કરી. દાદીના ઘરે પહોંચ્યા પછી, તેની દાદીએ પ્રેમથી રડ્યા કે તેની પૌત્રી કીર્તિ તેના ઘરે આવી છે. પછી માત્ર ચરણ જ સ્વીકારે છે કે તે કીર્તિ છે અને કીર્તિ સ્વીકારે છે કે તે ચરણ છે. બંનેને પ્રેમનો સ્વભાવ અદ્ભુત લાગે છે અને તેઓ આઠ વર્ષ પહેલાં સાથે મળ્યા હતા.

પછી ચરણ કીર્તિના પ્રેમમાં પડ્યો. ચરણે કીર્તિને પીછો કર્યો. અને એક ભક્તમિય પ્રસંગમાં, કીર્તિ સુંદર રીતે બરથનાટીયમ નતૃય કરી રહી હતી, જેને ચારણે કેન્દૂરયિ અંતરથી જોયું અને તેણે કલ્પના કરી કે તે કીર્તિ સાથે નતૃય કરી રહ્યો છે. અને છેવટે, તેણે કીર્તિને પ્રસ્તાવ મૂક્યો, અને તેણીએ પ્રસ્તાવ સ્વીકારી લીધો.

પછી તેઓએ દરકે મનિટિ તેમના જીવનનો આનંદ માણ્યો. એક સરસ દવિસે, તેઓ મળ્યા અને વાત કરી. પરંતુ તેમ છતાં, ચરણને શંકા છે કે ઉનાળાના દર વખતે કીર્તિ અહીં શા માટે આવે છે. જેથી તે તેણીને સ્પષ્ટતા કરવા માગે છે. તેણીએ સરળ રીતે કહ્યું કે આ વસિ્તારની બહાર પણ જાદુ છે અને દર વર્ષ તે આ વસિ્તારમાં આવે છે અને વધુમાં વધુ જાદુ શોધવાનો પ્રયાસ કરે છે, પરંતુ દર વર્ષે તે આ જાદુની શોધમાં પોતાનો સમય બગાડે છે. હજી સુધી તેણીને જાદુ મળ્યો નથી. તેથી તેણીએ તેને આ વસિ્તારની બહાર જાદુ શોધવામાં મદદ કરવા વનિતી કરી. તે બીજાથી ચરણ તેના માટે પ્રવાસી માર્ગદર્શક તરીકે કામ કરે છે. તેણે અને તેણીએ

લેકે બોટીંગ, સાયકલીંગ, બૂરડે ઓમલેટ ખાવા, મંદિરો, ચર્ચ, મસ્જિદો, બોટનિકલ ગાર્ડન, હોમમેઈડ ચોકલેટ, કેમ્પફાયર, લોંગ ડ્રાઈવ-ઇન બાઈક વગેરે જવા વધુ સ્થળોની મુલાકાત લીધી, પરંતુ કઈ કામ થયું નથી.

તે રાત્રે તેને ઊંઘ ન આવી અને તેણે જાદુ વિશે વિચાર્યું. તેણે પુસ્તકો, અખબારો, લેખો, T.V. ચેનલો વગેરેનો ઉલ્લેખ કર્યો. પરંતુ તે કામ ન કર્યું. તેણીએ પણ તે જ કર્યું અને ઘણો ઉલ્લેખ કર્યો, પરંતુ તે પણ કામ કરતું ન હતું. તેથી તેણે તેની માતા, મિત્રો અને લોકોનો ઉલ્લેખ કર્યો. આ જ વાત કીર્તિએ તેના દાદીમા, સંબંધીઓ, મિત્રો, પરિવાર વગેરેને પૂછીને પણ કરી છે. પરંતુ લોકોના વિચારો તેમના માટે કામ કરતા નથી. તેથી તે નિષ્ફળ ગયો.

નીરવ રાત્રે ચારણ સૂતો હતો. ગર્જનાના પ્રકાશથી તેની આંખ જાગી ગઈ, અને ગર્જનાના અવાજે તેના ડર અને મગજને જગાડ્યું. 3:43 વાગ્યે અચાનક તે જાગી ગયો અને તેને એક વિચાર આવ્યો. તેણે લેખોમાં એક વિચાર શોધી કાઢ્યો અને યોજના મેળવી.

બીજે દિવસે, તેણે કીર્તિને ટેલિફોન દ્વારા એક જગ્યા બતાવવા માટે બોલાવ્યો. કીર્તિ પોશાક પહેરીને તૈયાર હતી અને કોરિડોરમાં તેની રાહ જોઈ રહી હતી. અંતે, તે આવ્યો અને કપડાથી તેની આંખો બંધ કરીને તેણીને ઉપાડી ગયો. અને લાંબી મુસાફરી કરી અને અંતે, મુકામ આવી પહોંચ્યો. ધીમે ધીમે ચારણે તેની આંખો ખોલી અને સ્તંભના ખડકોમાંથી કોડાઈકેનાલનો નજારો બતાવ્યો. કીર્તિ અવાચક હતી જ્યારે તેના ફેફસાં દ્વારા શ્વાસ લેવામાં આવતી હવા તાજગી અનુભવે છે જ્યારે તેના પગ જમીનને સ્પર્શે છે ત્યારે તેણીની ધ્રુજારી આવી જાય છે જ્યારે તે દ્રશ્ય જોઈને તેણીની આંખોમાં આંસુ આવી જાય છે જ્યારે તેણીના કાન તેની લાગણીઓને ચીપ કરતા પક્ષીઓને સાંભળે છે ત્યારે તેણી પ્રેમમાં આવી જાય છે. તે રડી પડી અને ચારણને ગળે લગાડી. પછી તેણે તેના લગ્નનો પ્રસ્તાવ મૂક્યો અને તેણે પણ સ્વીકારી લીધો. કીર્તિએ પૂછ્યું કે તે આ સ્થળ વિશે કેવી રીતે જાણે છે. તેણે જવાબ આપ્યો કે તેની માતા અને પોતે બાળપણમાં આ જગ્યાએ આવ્યા હતા.

2 વર્ષ પહેલા, ચીકુ થાનસિકા નામની છોકરીને પ્રેમ કરતો હતો. પણ તે ચીકુની સિનિયર છે. તેણીએ તેની ડિગ્રી પૂર્ણ કરી પરંતુ તેણે તેનું છેલ્લું વર્ષ કર્યું પરંતુ તેના માતા-પિતાએ લગ્ન માટે દબાણ કર્યું હતું પરંતુ તેણીએ મંગેતરના પ્રસ્તાવને નકારી દીધો. ચીકુની બાકી રકમને કારણે તે તેની ડિગ્રી સુધી રાહ જોઈ શકતી નથી. તેથી તેણે ચીકુ સાથે સંબંધ તોડી નાખ્યો અને તેના મંગેતર સાથે લગ્ન કરી લીધા. ચીકુ એક જોલી પ્રકારનો છે, તે હંમેશા કોઈને મસ્તી કરે છે અને હસાવે છે. તેથી તે પણ આને તેના મિત્રો દ્વારા મનોરંજક માનવામાં આવે છે તે રીતે લે છે.

એક સરસ સાંજે ચીકુ, ચરણ અને કીર્તિ હોટલમાં હતા. તે જ સમયે ચીકુનો પ્રેમી તેના પતિ અને તેના બાળક સાથે હોટલમાં આવ્યો હતો. ચીકુ તેના બાળકને જોઈને ચોંકી ગઈ અને શરમાઈ ગઈ. જ્યારે તેઓએ પોતાનો પરિચય આપ્યો. આ દ્રશ્યમાં, બધું ભાંગી પડે છે. બાળકે ચીકુને ધક્કો માર્યો, અને તે ટેબલ પર પડ્યો, તેની નજીક વેઈટરે ગરમ પાણીનો જગ ધકેલી દીધો, જગ એક જાડી સ્ત્રીમાં પડ્યો અને જગ તેની તરફ ફેંકી દીધો, પરંતુ તેણીએ ખોટું લક્ષ્ય રાખ્યું અને બીજા વેપારીને માર્યો અને તેણે તેને બીજા પાસે ફેંકી દીધો. ગ્રાહક અને બીજા માણસને ફટકારે છે અને આગળ વધે છે. અને છેવટે, માલકિન તે કૃત્ય અટકાવ્યું પરંતુ તે જગ ફરીથી માલકિને ફટકાર્યો અને આ પેરોડી લડાઈ સમાપ્ત કરી. બધા સલામત રીતે પોતપોતાના ઘરે પાછા ફર્યા.

બીજા દિવસે, કીર્તિ ઉદાસ હતી કારણ કે તેના માતા-પિતા પણ મંગેતરની શોધમાં હતા, તેથી તેણીએ ચરણને મળવા બોલાવ્યો. જ્યારે તેણીએ સમાચાર આપ્યા, ત્યારે તે નારાજ થઈ ગયો. પછી તેણીએ મને કહ્યું કે આના ઉકેલ માટે એક ઉપાય છે. ઉકેલ એ છે કે ચરણ તેના પતિ સાથે વાત કરવા માંગે છે કે તે તેની સાથે લગ્ન કરવા માંગે છે. પણ તેને તેની મમ્મીનો ડર છે. જેથી તેણે તેનો ઇનકાર કર્યો હતો. તેણીએ વધુ વખત વિનંતી કરી પરંતુ તેણે તેનો ઇનકાર કર્યો. જેથી તેણીએ ચરણ સાથે સંબંધ તોડી નાખ્યો. ચરણ ડિપ્રેશનમાં હતો. ગફૂરે તેને સલાહ આપી પણ કામ ન થયું. ચીકુએ તેને સલાહ આપી કે "તને લાગે છે કે હું ખૂબ ખુશ છું પણ ખરી હકીકત એ છે કે હું મારા દિલમાં રડી રહ્યો છું દરેક મિનિટે હું તનિષ્કા વિશે વિચારી રહ્યો છું જ્યારે હું તને હોટલમાં મળ્યો, ત્યારે હું તનિષ્કાથી શરમાઈ ગયો. અને હજુ પણ, હવે હું તેને પ્રેમ કરું છું અને તેમને અત્યાર સુધી પ્રેમ કરે છે કારણ કે જ્યારે મેં તેની આંખો જોઈ ત્યારે તે જ પ્રેમ હજુ પણ છે. હું પ્રેમની મારી તક ગુમાવી બેઠો. પરંતુ જો તમને લાગે કે તમે ફેરફાર કરી શકો છો."

જ્યારે તેણે આ શબ્દો સાંભળ્યા ત્યારે તે તેના ઘરે ગયો અને તેની માતાને બૂમ પાડી "તમે તેને આઝાદી કેમ નથી આપતા". જ્યાં સુધી તે તેના પતિ વિશે ખરાબ વાત ન કરે ત્યાં સુધી તેની માતા શાંત અને શાંત રહે છે. પછી તેની માતા તેને તેના પતિ વિશે કહે છે.

25 વર્ષ પહેલાં, ચરણની માતા તળાવની નજીક શેરી સંગીતકાર અને પ્રવાસી માર્ગદર્શક છે. એક સરસ દિવસ, પલ્લવી એક સુંદર ગીત ગાય છે. તેની નજીકમાં, ભારતીય લશ્કરી સૈનિકોની બેચની સફર છે. તે જૂથમાં, અભિષિક્ત નામના લશ્કરી જનરલ ગીત સાંભળ્યું અને તેની લાગણીઓ આંસુમાં ઓગળી ગઈ. ગીત પૂરું થયા પછી બધાએ તેના વખાણ કર્યા અને પોતપોતાનું કામ કરવા ગયા. પછી તેઓએ પોતાનો પરિચય આપ્યો. અને તેના જીવન વિશે વાત કરે છે અને તે એક સંગીતકાર પણ છે પરંતુ તેની ગરીબીને કારણે, તેણે તેની સંગીત કારકિર્દીનું બલિદાન આપ્યું અને લશ્કરી શાળા તરફ દોરી કારણ કે ખોરાક, શક્તિપણ અને

પહેરવેશ મફ્ત છે. તેથી તે ત્યાં જોડાયો. પછી તેણે તેણીને કોડાઈકેનાલની ટ્રુ ગાઈડ આપવા વનિતી કરી. પૈસા ખાતર, તેણીએ સ્વીકાર્યું

બીજા દવિસે, તેણે અને તેણીએ લકે બોટીંગ, સાયકલીંગ, બ્રેડ ઓમલેટ ખાવા, મહંદિરિ, ચર્ચ, મસ્જદિો, બોટનિકલ ગાર્ડન, હોમમેઈડ ચોકલેટે, કેમ્પફાયર વગેરે જેવા વધુ સ્થળોની મુલાકાત લીધી.

બીજા દવિસે, તે આવ્યો અને કપડાથી તેની આંખો બર્ધ કરીને તેણીને ઉપાડી ગયો. અને લાંબી મુસાફરી કરી અને અંતે, મુકામ આવી પહોંચ્યો. ધીમે ધીમે અભિષિકે તેની આંખો ખોલી અને સ્તંભના ખડકોમાંથી કોડાઈકેનાલનો નજારો બતાવ્યો. પલ્લવી અવાચક હતી જ્યારે તેના ફેફસા દ્વારા શ્વાસ લેવામાં આવતી હવા જ્યારે તેના પગ જમીનને સ્પર્શે ત્યારે તે તાજગી અનુભવતી હતી તે ધ્રૂજતી હતી જ્યારે તે દૃશ્ય જોઈને તેની આંખો તેના આસુંને સકોચાઈ જાય છે જ્યારે તેના કાન તેની લાગણીઓને ચીપકતા પક્ષીઓ સાંભળે છે ત્યારે તે પ્રેમમાં આવી જાય છે. તે રેડી પડી અને ચરણને ગળે લગાડી. પછી તેણે તેના લગ્નનો પ્રસ્તાવ મૂક્યો અને તેણે પણ સ્વીકારી લીધો અને સફળતાપૂર્વક લગ્ન કર્યા. ત્યાંથી શરૂઆત થઈ.

જ્યારે તે પ્રેગ્નન્સીના છેલ્લા સ્ટેજમાં હતી. અભિષિકે ભારતીય સરહદ પર કામ કર્યું છે, તેના બાળકની ડિલિવરી પહેલા તે સરહદો વચ્ચે લડવા માટે દૂર ગયો હતો. તેથી તેણે વચન આપતા કહ્યું કે જ્યાં સુધી તે ન આવે ત્યાં સુધી આ બાળકને તેના વશિે ખબર ન પડે. તેણીએ તે વચન પણ આપ્યું હતું. આ કારણોસર, માત્ર તેણીએ તેને તેના પતિ વશિે તેના પુત્રને જણાવ્યું ન હતું. જ્યારે તે જાય છે, ત્યારે તેણે તેણીને અડધુ પયાિનો ગીત શીખવ્યું હતું અને બીજું અડધુ પયાિનો ગીત તેને જાણીત હતું, જેથી પ્રેમને અભવિ્યક્ત કરવા માટે સંગીતની રચના કરી શકાય.

એક વર્ષ પછી પણ તે તેના ઘરે આવ્યો ન હતો. તેની શોધમાં તેણીએ તેના પુત્રને પાડોશીના ઘરે છોડી દીધો. તે તેની શોધમાં ચેન્નાઈ મલિટિરી સ્ટેશન ગઈ હતી. પરંતુ તે જ ઘડીએ તે પોતાના બાળક અને તેની પત્નીને જોવા કોડાઈકેનાલ ગયો. પરંતુ ખરાબ નસીબ ઉદાસી આપે છે, તે બન્ને જદ્ા જદ્ા શહેરોમાં તેમની શોધમાં છે.
તેમાંના દરકે વચિાર્યું કે તેઓએ તેમને ગુમાવ્યા.

તેથી તે દવિસથી, હું તેની રાહ જોતો હતો. ચરણ તેની જાઘ પર આડો પડીને અને આસૂથાનો હાથ પકડીને રડતો હતો. તેથી પછી તેણીને સમજાય કે જો તે તે દવિસની રાહ જોશે તો ચરણને પતિા મળશે, આ બધી સમસ્યા તેણીની ધીરજ ગુમાવવાના કારણે શરૂ થઈ.

ચારણને તેના પતિાને જોવાની ઈચ્છા છે. તેથી તેની માતાએ પણ તેને તેના મતિ્રોનું સરનામું આપીને તેના પતિ વશિેની માહતી એકઠી કરવા મદદ કરી.

બીજા દવિસે, કીર્તિ ચેન્નાઈમાં તેના રહેતા શહેરેમાં જતી રહી છે. દાદી ખૂબ રડતી હતી કારણ કે તેની પૌત્રી તેના શહેરેમાં જઈ રહી છે. ચારણે તેની પાસેથી માફી માગી, પણ તેણે માફી સ્વીકારી નહીં. પછી તેણીએ કોડાઈકેનાલ છોડી દીધું.

એક અઠવાડિયા પછી, તેણે લશ્કરી જનરલ અભિષિકેન પુસ્તકો, અખબારો, લેખો, T.V. ચેનલો વગેરેમાં શોધ્યો. પછી તેણે તેના પતિના મિત્રોને મળીને માહિતી અને સરનામું એકત્રિત કરવાનું વિચાર્યું જેથી તે મિકેનિક ગફૂર તેના ઘરે આવ્યો હતો અને તેના પતિને શોધવા માટે તેને બાઈક આપી હતી. એ મદદ માટે તેણે ગફૂરને ગળે લગાડ્યો. અને ઘણા લોકોએ ચારણને થોડા પૈસા આપ્યા. અને ચરણ વચન આપે છે કે તે તેના પતિને શોધીને તેમની સાથે રહેશે. છેવટ તેણે બધાને કહ્યું કે તે તેના પતિને શોધવા જઈ રહ્યો છે.

તે હલિ સ્ટેશનની બહાર નીકળ્યા પછી, લાંબી મુસાફરીમાં તેને તેની જીવનયાત્રા યાદ આવી રહી હતી. તેણે તેના જીવનના સીમાચિહ્નો વિશે વિચાર્યું જે તે દરેક માઈલ પાર કરે છે. તેણે તેની સમસ્યાઓ વિશે વિચાર્યું અને તેના હૃદયમાંથી તેને સમાધાન શોધી કાઢ્યું.

પછી આખરે, ચરણ તેના પતિને શોધવા ચેન્નાઈ પહોંચ્યો. ચારણ પાસે તેના પતિની બેચેની તસવીર, તેના પતિના મિત્રોનું સરનામું, પાણીની ભરેલી બોટલ, તેની માતાનો ફોટો, પહેરવા માટેના કેટલાક કપડાં અને લોકો પાસેથી કેટલાક પૈસા છે. તેના પતિના દસ મિત્રો છે.

ચારણ તેના પતિના પ્રથમ મિત્રને મળવા ગયો. તે તેના પતિ વિશે પૂછે છે અને તેને કહે છે કે તેના પતિ બે અઠવાડિયા પહેલા રોકાયા છે, અને તેણે કહ્યું કે તે તેના બીજા મિત્રના ઘરે રહેવાનો છે. ચરણ તેની પત્ની વિશે પૂછે છે, તેણે જવાબ આપ્યો કે તૂરણ મહિના પહેલા, તે નાની લડાઈને કારણે જતી રહી છે.

ચારણ તેના પતિના બીજા મિત્રને મળવા ગયો. તે તેના પતિ વિશે પૂછે છે અને તેને કહે છે કે તેના પતિ બે અઠવાડિયા પહેલા રોકાયા છે, અને તેણે કહ્યું કે તે તેના તૂરીજા મિત્રના ઘરે રહેવાનો છે. ચરણ તેના માતા-પિતા વિશે પૂછે છે, તેણે જવાબ આપ્યો કે ચાર મહિના પહેલા, તેઓ તેની પત્નીને કારણે ગયા છે.

ચારણ તેના પતિના તૂરીજા મિત્રને મળવા ગયો. તે તેના પતિ વિશે પૂછે છે અને તેને કહે છે કે તેના પતિ બે અઠવાડિયા પહેલા રોકાયા છે, અને તેણે કહ્યું કે તે તેના ચોથા મિત્રના ઘરે રહેવાનો છે. ચરણે તેની દારૂ પીવાની લત વિશે પૂછ્યું, તેણે જવાબ આપ્યો કે તૂરણ મહિના પહેલા, તે મેડલ મેળવવાની તેની મહત્વાકાંક્ષા હતી, પરંતુ તે નિવૃત્ત થઈ ગયો હોવાથી તે છોડી ગયો છે.

ચારણ તેના પતિના ચોથા મિત્રને મળવા ગયો. તે તેના પતિ વિશે પૂછે છે અને તેને કહે છે કે તેના પતિ બે અઠવાડિયા પહેલા રોકાયા છે, અને તેણે કહ્યું કે તે તેના પાંચમા મિત્રના ઘરે

રહેવાનો છે. ચરણ તેના ઉદાસી વશિ પૂછે છે, તેણે જવાબ આપ્યો કે તૂરણ અઠવાડિયા પહેલા, તેની ગોપનીયતા અન્ય વ્યક્ત દ્વારા હકે કરવામાં આવી હતી.

ચરણ તેના પતિના પાંચમા મતિરને મળવા ગયો. જ્યારે તેણે દરવાજો ખખડાવ્યો, ત્યારે પૂરયિા નામની નવ વર્ષની છોકરીએ દરવાજો ખોલ્યો અને તેના પતિ વશિ પૂછ્યું પછી ચારણે પૂરયિાને ખાવાનું બનાવીને આપીને મદદ કરી. ચરણ તેના પતિ વશિ પૂછ છે, તેણીએ જવાબ આપ્યો કે તૂરણ અઠવાડિયા પહેલા, તેણે લોનની બાબતને કારણે ધરપકડ કરી છે, લોન તેણીની શાળાની ફી તરીકે ચૂકવવામાં આવી હતી. ચરણ તેની માતા વશિ પૂછ છે, અને પૂરયિાએ જવાબ આપ્યો કે જ્યારે પૂરયિાનો જન્મ થયો ત્યારે તેની માતા મૃત્યુ પામી હતી. તે તેના પતિ વશિ પૂછ છે અને તેને કહે છે કે તેના પતિ બે અઠવાડિયા પહેલા રોકાયા છે, અને તેણે કહ્યું કે તે તેના છઠ્ઠા મતિરના ઘર રહેવાનો છે.

ચરણ પોતાનો ગુસ્સો અને ધીરજ ગુમાવી બેસે છે, પરંતુ તેની માતાના શબ્દો "આ બધી સમસ્યા તેણીની ધીરજ ગુમાવવાના કારણે શરૂ થઈ હતી." એટલે રાત પડી ગઈ છે અને પૂરયિાના ઘરે રોકાઈ છે. તે વિચારે છે કે તેના પતિએ આ મૂર્ખતાભર્યા કામો શા માટે કર્યા. તે જાણે છે કે તેના પતિ તેને કંઈક કહી રહ્યા છે.

બીજા દિવસે, તેણે તેના પતિના અન્ય પાંચ મતિરોને મળવાની તૈયારી કરી. ચારણ સાથે પૂરયિાએ પણ તેની સાથે જવાની તૈયારી કરી.

ચારણ તેના પતિના છઠ્ઠા મતિરને મળવા ગયો. તે તેના પતિ વશિ પૂછ છે અને તેને કહે છે કે તેના પતિ એક અઠવાડિયા પહેલા રોકાયા છે, અને તેણે કહ્યું કે તે તેના સાતમા મતિરના ઘરે રહેવાનો છે. ચરણ તેના દાદા દાદી વશિ પૂછ છે, તેણે જવાબ આપ્યો કે તૂરણ મહિના પહેલા, તેઓ મૃત્યુ પામ્યા છે.

ચારણ તેના પતિના સાતમા મતિરને મળવા ગયો. તે તેના પતિ વશિ પૂછ છે અને તેને કહે છે કે તેના પતિ એક અઠવાડિયા પહેલા રોકાયા છે, અને તેણે કહ્યું કે તે તેના આઠમા મતિરના ઘરે રહેવાનો છે. ચરણ તેના ઘર વશિ પૂછ છે, તેણે જવાબ આપ્યો કે તૂરણ મહિના પહેલા, ઘર વેચાઈ ગયું છે કારણ કે તે તેને ખરાબ નસીબનો સ્ટ્રોક આપે છે.

પૂરયિા તેનો ગુસ્સો અને ધીરજ ગુમાવી બેસે છે, તેથી તેણી કહે છે કે તેઓ તેની પાસે કેમ જઈ શકે છે પરંતુ તેણે તેની માતાને કહ્યું કે આ બધી સમસ્યા તેણીની ધીરજ ગુમાવવાના કારણે શરૂ થઈ છે. તેથી તે તેના પતિને મળી શકે તેવી માન્યતા આપે છે.

ચારણ તેના પતિના આઠમા મતિરને મળવા ગયો. તે તેના પતિ વશિ પૂછ છે અને તેને કહે છે કે તેના પતિ એક અઠવાડિયા પહેલા રોકાયા છે, અને તેણે કહ્યું કે તે તેના નવમા મતિરના ઘરે રહેવાનો છે. ચરણ તેની બહેન વશિ પૂછ છે, તેણે જવાબ આપ્યો કે તૂરણ મહિના પહેલા, તેણી

એક છોકરાને પ્રેમ કરતી હોવાથી તે છોડી ગઈ છે.

ચારણ તેના પતિના નવમા મતિરને મળવા ગયો. જ્યારે તેણે દરવાજો ખખડાવ્યો, ત્યારે કીર્તિએ દરવાજો ખોલ્યો અને તેને જોઈને ચોકી ગઈ, તેની આંખોમાં આંસુ છે પણ તેણે આંસુને કાબૂમા રાખ્યા. ચારણે વિચાર્યું કે કીર્તિ પ્રત્યેના તેના આત્યંતિક પ્રેમને કહેવાની આ ક્ષણ છે, તેથી તેણે તેના પતિને તેના પ્રેમની વાત કરી, પહેલા તેના પતિએ તેને ગુસ્સામાં થપ્પડ મારી અને ચારણ શાંત થયો અને તેના પતિને સમજાવ્યો, પછી તેના પતિએ સ્વીકાર્યું, તે તેના પતિ વિશે પૂછે છે અને તેને કહે છે કે તેના પતિ પાંચ દવિસ પહેલા રોકાયા હતા, અને તેણે કહ્યું કે તે તેના દસમા મતિરના ઘર રહેવાનો છે. ચારણ તેના દસમા મતિર વિશે પૂછે છે, તેણે જવાબ આપ્યો કે તેણે તેની સાથે દગો કર્યો છે.

ચારણ તેના પતિના દસમા મતિરને મળવા ગયો. તેણે તેના પતિ વિશે પૂછ્યું અને તેને કહ્યું કે તેના પતિ તૂરણ દવિસ પહેલા રોકાયા છે, અને તેણે કહ્યું કે તે તેના ઘરે ગયો હતો. ચારણ એટલો ખુશ હતો કે આખરે તેને તેના પતિનું સરનામું મળી ગયું. ચારણ તેના અપરાધ વિશે પૂછે છે, તેણે જવાબ આપ્યો કે તેણે તેના મતિર સાથે દગો કર્યો છે.

ચારણ તેના પતિને છેલ્લે જોઈને ખુશ થાય છે. અંતે તેને તેના પતિના રહેઠાણનું સરનામું મળ્યું. ચારણ અને પૂરયિા તેના પતિના ઘરે ગયા. તેણે જોયું કે બધી યાદો ફોટા તરીકે લેવામાં આવી હતી અને દિવાલો પર લટકાવવામાં આવી હતી. તેણે તેના પતિ અને માતાના યુવાન ફોટા જોયા અને રડી પડ્યા. તે તેના પતિને શોધતો હતો પણ બીજો કોઈ જતો નહોતો. નજીકના રૂમમાં અવાજ સંભળાયો. અવાજ તેની માતાનો અવાજ હતો. તે રૂમ તરફ લાંબા પગલાં લઈ ગયો. ધૂળથી ભરેલો જૂનો રેડિયો છે. તેની નીચે એક નાનું વજ઼િટિંગ કાર્ડ છે. તે વજ઼િટિંગ કાર્ડમાં, લખિત ફોર્મેટમાં સરનામું છે. ચારણ અને પૂરયિા સરનામે ગયા.

ત્યાં તેઓએ તેના પતિની શોધ કરી. છેવટે, એક વૃદ્ધ માણસ પથ્થરની બેન્ચ પર બેઠો છે. ધીમે ધીમે ચારણ તેના પતિને શોધતો વૃદ્ધ માણસ તરફ આગળ વધે છે. તેણે વૃદ્ધાને તેના પતિનું નામ કહ્યું "અભીશેક!" તેણે કહ્યું પૂરયિા તેના પતિ બનવાની રાહ જોઈ રહી હતી કારણ કે ચારણે તેના પતિને શોધવા માટે વધુ પુરયત્નો કર્યા હતા. તેથી તેણી ઇચ્છે છે કે તે તેનું ઈનામ મેળવે. સદભાગ્યે તેને તેના પતિ વિશે જાણવા મળ્યું. તેના પતિએ માથે 90 ડિગ્રી પર ફેરવ્યું. તેના હોઠ સામાન્ય રીતે સ્મિત કર્યું અને "ચરણ.." નામ બોલ્યું અને તેના પતિની જમણી આંખમાંથી એક નાનું આંસુ નીકળ્યું. ચારણે બૂમ પાડી, આંસુથી ફૂટી નીકળ્યો અને પતિના ઘૂંટણમાં માથું ટેકવી દીધું. તે ખૂબ રડ્યો અને તેની માતાના 25 વરષ સુધી રોકાયેલા રહેવા વિશે કહ્યું. તેણે કહ્યું કે તેના પતિના કારણે તેની રોજિંદી સમસ્યાઓનો સામનો કરવો પડતો હતો.

આ દૃશ્ય પછી, ચરણ પૂછે છે કે તેના પિતા આટલા વર્ષો સુધી અહીં કેમ રહ્યા? ચરણ તેને પૂછે છે કે શા માટે તેના નજીકના મંદિરના ઘરની આસપાસ ભટકવું અને તેના ઘરે કેમ નથી રહેવું. ચરણ તેના પિતાને ઘણા પ્રશ્નો પૂછે છે પરંતુ તેના પિતા મૌન જાળવે છે. તેના પિતાએ કહ્યું "શું તે સમાપ્ત થયું? અન્ય કોઈ પ્રશ્નો. તમે તમારી વાત પૂરી કરી. ચાલો હું તમને તમારા જવાબો કહું. હું એક અઘરી નોકરીમાં હતો, તે નોકરી નથી, પરંતુ તે છે. સૈન્ય, રાષ્ટ્ર અને દેશભક્તિ મને પસંદ કરે છે. મેં મિલિટરી બેકઅપમાં ખૂબ જ સારી રીતે કામ કર્યું છે. તેથી મારા સિનિયર ચીફને અન્યની સરખામણીમાં મારા માટે વધુ માન છે. હું કોડાઈકેનાલ આવ્યો ત્યારે હું મારી પત્નીના અવાજ પર જ પડી ગયો. તે પછી મેં વિચાર્યું કે હું હું અનાથ નથી, હવે મને મારો પોતાનો પરિવાર બનાવવાનો મોકો મળ્યો છે. તેથી મેં લશ્કરની નોકરીમાંથી રાજીનામું આપીને તમારી માતા સાથે સમાધાન કરવાનો નિર્ણય કર્યો. પરંતુ રાષ્ટ્ર પ્રત્યેની દેશભક્તિએ મને રાષ્ટ્ર પ્રત્યેની મારી ફરજ ન ચૂકવાની સલાહ આપી. તેથી મેં તેને ચાલુ રાખ્યું. વરિષ્ઠ વડા ફરજ ન છોડવા માટે એટલા મક્કમ હતા. રાષ્ટ્ર પર તાત્કાલિક સરહદ હુમલો આવ્યો 'લોંગેવાલાની લડાઈ'. તેથી સરહદો પાસે કુલ 120 સૈનિકો, પરંતુ પાકિસ્તાનમાં લગભગ 2000 થી 3000 છે. સૈનિકો તેથી સૌથી વરિષ્ઠ કર્નલે અન્ય સૈનિકોને યુદ્ધમાં ભાગ લેવા કહ્યું. તેમાંથી મોટાભાગનાએ મેં પણ ના પાડી, પરંતુ વરિષ્ઠ વડાએ મારું બ્રેઈનવોશ કર્યું, તેથી મેં શરતો સ્વીકારી. યુદ્ધ પછી, આપણા દેશનો વિજય થયો. આ ઘટના પછી, મેં તમને અને તમારી માતાને જોવાની પરવાનગી માગી. મેં તારી માતાની ઓચિંતી મુલાકાત લેવાનું વિચાર્યું પણ જ્યારે હું કોડાઈકેનાલ પહોંચ્યો ત્યારે તું અને તારી માતા ત્યાં નહોતા. મેં શક્ય તેટલી વિગતો એકત્રિત કરી. પરંતુ તમારા અને તમારી માતા વિશે કોઈ માહિતી નથી. લોંગેવાલાની એકમાત્ર લડાઈએ યુદ્ધ પૂરું કર્યું નહીં. ભારત-પાકિસ્તાન યુદ્ધ ચાલુ છે, તે યુદ્ધમાં મારી મુખ્ય ભૂમિકા હતી. હું તમને ગમે ત્યારે જોઈ શકું છું પણ હું રાષ્ટ્રને જોઈ શકતો નથી. તેથી હું યુદ્ધ સામે લડ્યો, બીજું યુદ્ધ, બીજું યુદ્ધ, બીજું યુદ્ધ, વગેરે. મેં યુદ્ધમાં વપરાતા વધુ સ્ટ્રેટેજિસ વિશે માહિતી આપી. પરંતુ હું તમારા વિશે અને હું જે જીવન સાથે સંઘર્ષ કરું છું તે વિશે હું કંઈ શીખ્યો નથી. દરરોજ દેશનું સ્વાસ્થ્ય વધે છે અને મારી અંદર દેશભક્તિ વધે છે. પરંતુ હું મારી પ્રેમાળ પત્નીની સામે મારા પ્રેમને હારી ગયો. હું જેટલું શીખીશ એટલું જ મને પ્રમોશન મળશે. અંતે, હું 54 વર્ષની વયે (કર્નલ-રેન્ક ઓફિસર) નિવૃત્ત થયો. મેં તમારો ચહેરો અને તમારી માતાનો ચહેરો જોવા માટે મારા સ્તરે શ્રેષ્ઠ પ્રયાસ કર્યો પરંતુ હું કરી શક્યો નહીં. છેવટે, મને તને જોવાની તક મળી પણ હું તને કયા ચહેરાથી જોઈ શકું. મારા કારણે તમે તમારું બાળપણ ગમાવશો. હું કોડાઈકેનાલ આવ્યો. અને મેં તમને અને તમારી માતાને પણ જોયા છે. પણ હું તને કહી શકતો નથી કારણ કે હું તારો પતિ છું અને તું મારી પત્ની છે કારણ કે મારી પત્નીએ તને

કહ્યું હતું કે હું મરી ગયો છું કે અન્ય કોઈ કારણોસર. તેથી મેં વિચાર્યું કે તમે મારા વિના તમારા જીવનનો આનંદ માણી શકશો. જો મેં તમને આ કહ્યું તો તમે કોઈપણ જોખમ મારા પર ગુસ્સે થશો. તેથી હું વરસાદ સાથે આંસુ રડતા આગળ વધ્યો. અને મારા પ્રથમ મિત્રના ઘરે જઈને મારું ઉષ્માભર્યું સ્વાગત કર્યું તેઓએ મને એક દિવસ માટે અહીં રહેવા માટે કોફી આપી અને મેં તેને તેના પરિવાર વિશે પૂછ્યું તોણે જવાબ આપ્યો કે તૂરણ મહિના પહેલા, તે નાની લડાઈને કારણે જતી રહી હતી. જથી હું સમજી શકું કે ભગવાન મને રાષ્ટ્ર બચાવવા માટે મોકલે છે, ભગવાન મને હવે મારા મિત્રના પરિવારોમા ફેરફાર કરવા મોકલે છે. સમસ્યાનું પૃથ્થકરણ કરવું અને ફેરફારો કરવા પણ હું આ કરી શકતો નથી, ભગવાને મને દેશને શાંત બનાવવાનો મોકો આપ્યો છે, હવે મારે એવી વ્યક્તિને તક આપવી જોઈએ જેના પર હું વિશ્વાસ કરી શકું મારી પસંદગીમાંથી એક માત્ર તમે છો. 'હવે તમારે મારા પુત્રને સાબિત કરવું જોઈએ કે તમે મારા પુત્ર છો. આવો સમસ્યાનું વિશ્લેષણ કરો અને તમારું હૃદય જે કહે છે તે કરો અને તમારા ઉકેલનું વિશ્લેષણ કરો. તેને ઝડપી રીતે કરો.' પહેલી વાર હું તમને 'માફ કરશો' કહેવા જઈ રહ્યો છું"

ચરણ પરિસ્થિતિને જાણતો નથી અને તેને સમજ છે. તે થોડીવાર વિચારે છે કે શું કરવું તે વધુ પદ્ધતિઓ વિશે વિચારે છે પરંતુ તેને ડર છે કે તે નિષ્ફળ જશે કે નહીં. અંતે, તમણે એવા લોકો માટે એક વિચાર નક્કી કર્યો જેઓ ઓલ ઇન્ડિયા રેડિયો એફ્એમ સાંભળે છે. તમણે લોકો સાથે તેમની સમસ્યાઓ વિશે વાત કરવાનું અને તેમની સમસ્યાઓનું સમાધાન શોધવાનું વિચાર્યું.

બીજા દિવસે ચરણ અને તેના પતિ પરવાનગી માંગવા માટે **ALL INDIA RADIO STATION** પર ગયા. પરંતુ મેનેજર તમને વાત કરવા માટે છોડતા નથી. તેથી તેઓએ સિનિયર ચીફને બોલાવીને પરવાનગી માંગી. મેનેજર રેડિયો ટોક એડવાઈઝરીની પરવાનગી આપી.

ચરણ વાત કરવા માટે થોડો નર્વસ હતો, પણ તોણે ડરને કાબૂમાં લેવા માટે તેના સ્તરે શ્રેષ્ઠ પ્રયાસ કર્યો. પૂરિયા ચારણને આમ કરવા પ્રોત્સાહિત કરતી હતી. ચરણ રેડિયો બૂથ પર ગયો. તેના માથા પર હેડફોન મૂક્યો. માઈક્સ ચાલુ હતા, અને અંતે, તે બોલે છે. તોણે કહ્યું "હું ચરણ છું આજે હું તમને જે રોજીંદી સમસ્યાઓનો સામનો કરવો પડે છે તેના વિશે વાત કરવાનો છું. દરેકને ક્યાંક ને ક્યાંક, ક્યાંક, કોઈ વ્યક્તિ, કોઈક નોકરી, અમુક પ્રકારની વસ્તુઓનો ડર હોય છે, ખરું તમે બીજા કરતા અલગ છો. તમે ધારો કે કોઈ પણ વસ્તુની કિંમત વિશે પૂછો. પરંતુ કોઈ પણ વસ્તુની કિંમત વિશે નહીં. તમે ઘડિયાળ ખરીદી શકો છો પણ સમય નહીં. તમે ઘર ખરીદી શકો છો જે ઘર જેટલું આરામદાયક નથી. તમે ખોરાકનો એક ભાગ ખરીદી શકો છો પણ સ્વાદ નહીં. સાચું તમે પુસ્તક ખરીદી શકો છો પણ વાર્તા નહીં. કિંમત કિંમતથી અલગ હોય છે. પરંતુ કોઈપણ રીતે તમે એક વ્યક્તિ પણ ખરીદી શકતા નથી. સવારથી સાંજ સુધી

તમને વિવિધ સમસ્યાઓનો સામનો કરવો પડે છે, અને તે સમસ્યાઓ પૂરેમાળ લોકોને દેખાડે છે જેઓ કાળજી રાખે છે. તમારા માટે, તે તમારી માતા, તમારા પતિ, તમારી પત્ની, તમારા મિત્રે, તમારા પાલતુ કોઈપણ હોઈ શકે છે. પરંતુ જો તમે તેમની સ્થિતિ વિશે વિચારો છો, તો તમે શુંકરશો. એક મોટું પ્રશ્ન ચિહ્ન. ઠીક છે, ચાલો એક કામ કરીએ. દરેક નાની વસ્તુ કારણસર થાય છે. જે ઘટનાના હેતુને સમજે છે અને તે મુજબ કાર્ય કરે છે, અને લડે છે આગળ વધે છે. પરિસ્થિતિઓને દોષ આપવી સરળ છે. પણ દોષ સ્વીકારવો અઘરો છે. તમે વ્યક્તિ, વસ્તુ, પૂરાણી, સમય, પહેરવેશ, ઘર, ખોરાક વગેરેને દોષ આપો છો, પરંતુ તમે તમારી ભૂલો સ્વીકારી નથી. જો કે તે અઘરું છે, તમે તેને નિયંત્રિત કરવા માટે તમારા સ્તરનો શ્રેષ્ઠ પ્રયાસ કરી શકો છો. તમારી માતા વિશે વિચારો જ્યાં તે તમારી રાહ જોઈ રહી છે. તમારા પતિ વિશે વિચારો જ્યાં તેઓ તમારી રાહ જોઈ રહ્યા છે. તમારી પત્ની વિશે વિચારો જ્યાં તે તમારી રાહ જોઈ રહી છે. તમારા ભાઈ-બહેનો વિશે વિચારો જ્યાં તેઓ તમારી રાહ જોઈ રહ્યા છે. તમારા પાલતુ વિશે વિચારો જ્યાં તે તમારી રાહ જોઈ રહ્યું છે. તમારા માટે બધું જ છે પરંતુ તમે તેનો યોગ્ય રીતે ઉપયોગ કરી રહ્યા નથી. તમારી માતા રાહ જોતી નથી કે તમે સુરક્ષિત રીતે આવો છો કે નહીં. તમારા પતિ તમારા પગારની રાહ જોતા નથી. તમારા ભાઈ-બહેનો તમારી ભેટની રાહ જોતા નથી. તમારી પત્ની રાહ જોતી નથી કે તમે તમારું બપોરનું ભોજન સારી રીતે ખાઓ કે નહીં. તમારું પાલતુ તમારી સાથે રમવા માટે રાહ જોઈ રહ્યું નથી. બધા તમારા પ્રેમ અને સમર્થનની રાહ જોઈ રહ્યા છે. આ ઉદાહરણો માત્ર પ્રેમનો એક ભાગ છે. તે પ્રેમ નથી. અને તેઓ તમારા પ્રેમની અપેક્ષા રાખે છે. પરંતુ કેટલાક લોકો તેઓ શું કરી રહ્યા છે. તેઓની રોજિંદી દિનચર્યામાં તાણ, તાણ અને હતાશા હોય છે અને તેઓ પૂરેમાળ લોકોને તેમનો કડવો, ગુસ્સો બતાવે છે. આ સંબંધોના તૂટેલા રાષ્ટ્ર તરફ દોરી જાય છે. પૂરેમાળ લોકો લગભગ ઘણા કલાકો સુધી તમારી રાહ જુએ છે. જો તમે તેમની ગમગીનીને સમજી શક્યા નથી અને તમારા અર્ધજાગૃતને જે લાગે છે તે બોલો તો તે તેમને ભાવનાત્મક રીતે નુકસાન પહોંચાડે છે. કૃપા કરીને તમારા પૂરેમાળ જીવો પર તમારો ગુસ્સો ન બતાવો. રાત્રે આકાશમાં તારાઓ વધુ હોય છે, પરંતુ દરેક વ્યક્તિ ચંદ્ર વિશે વાત કરે છે. આભાર."

5 કરોડ લોકો તેને સાંભળી રહ્યા હતા. તે સાંભળનાર દરેક વ્યક્તિ તે સમયે રડી પડી હતી. કેટલીક દુકાનોએ પણ રજા આપી દીધી અને દરેકે પોતપોતાના ઘર તરફ જોયું અને દરેક જણ પોતપોતાની સમસ્યાઓ શરે કરી તેનું નિરાકરણ મેળવ્યું. અભિષેકના 10 મિત્રો પણ તેમના ખોવાયેલા સંબંધો મેળવી રહ્યા હતા અને બધા ખુશ હતા. અબીશેક દ્વારા આ ઘટનાની અપેક્ષા હતી. પૂરિયાના પપ્પા છૂટી ગયા અને તેઓ એકબીજાને ગળે લગાડ્યા. અને 10 મિત્રો ભાવનાત્મક ભાષણ માટે ચરણનો આભાર માની રહ્યા છે. કીર્તિએ ચરણને આલિંગન

આપ્યું. તેના પતિને તેનો પુત્ર હોવા પર ખૂબ ગર્વ હતો અને તેણે ચરણને કહ્યું "હું તેના લગ્ન કરાવીશ, ચિંતા કરશો નહીં." અબશિકે એક ખૂણામાં રડતો હતો અને ચારણને તેની પૂર્વ પત્નીને જોવા કહ્યું. ચરણ દરકેને બાય કહે છે અને તેના પતિ સાથે પ્રવાસ કરે છે.

તે કોડાઈકેનાલ પહોંચ્યો. દિવ્ય નગરી સ્વર્ગમાં દરકે વ્યક્તિ ખુશ હતો. બધાએ ચારણ અને તેના પતિનું સ્વાગત કર્યું. તેના પતિએ 20 વર્ષથી વધુ સમયથી બનેલી દરકે ક્ષણને જોવી. તે તેની પૂર્વ પત્નીની યાદોને યાદ કરી રહ્યો છે. ચીકુ ચારણ પાસે આવ્યો અને એકબીજાને ગળે લગાડ્યો. ગફુર તેની નજીક આવ્યો અને એકબીજાને ગળે લગાડ્યો. અને અંતે, ગફુર દૈવી શહેરના લોકોને સત્ય કહે છે. તેણે કહ્યું "મેં જાના નામની એક ખૂરસિતી મહિલા સાથે લગ્ન કર્યા. તેણે મારી સાથે મકિનફિસનો અભ્યાસ કર્યો. અને મારી સાથે લગ્ન કર્યા. મને મળતા ઓછા પગારને કારણે હું તેની સંભાળ રાખી શકતો નથી. તે માટે તેણે મને એકલો છોડી દીધો. એક સારા દિવસે તેમનો પરિવાર તેણીને લઈ ગઈ અને અન્ય વ્યક્તિ સાથે લગ્ન કર્યા તે સમયે પણ તેણીએ છોડી ન હતી કારણ કે મને મારી પુત્રી સાથે 10 ગણો વધુ પ્રેમ અને ટેકો છે. તેથી હું અલ્લાહને પ્રાર્થના કરું છું કે તે મને અને મારી પુત્રીને બચાવે. તે જ ક્ષણે આશકિ ગફુરને ગળે લગાવીને માફી માંગી. તેને. દરકે જણ ખૂબ જ ખુશ હતા. માત્ર હસતા ચહેરાનો અને હાસ્યની ક્ષણો જ થઈ.

અંતે, અભિષિક તેની પત્નીને મળવા જતો હતો. તે થોડી કડવાશમાં હતો પરંતુ હવે તેનામાં યુદ્ધ કરતાં વધુ હિંમત છે. જ્યારે તે ઘરમાં પ્રવેશ્યો, ત્યારે નાનકડા મધુર પયિાનો સંગીતનો ટુકડો વધી રહ્યો છે. પલ્લવી અર્ધ પયિાનો ગીત ગાઈ રહી હતી જે અગાઉના દ્રશ્યમાં અબીશકે શીખવ્યું હતું. અને અંતે, તેઓ બંનેએ સાથે મળીને ગીત ગાયું અને દ્રશ્યમાં દરકે લોકો આંસુઓથી છલકાઈ ગયા.

એક વર્ષ પછી ચરણ અને કીર્તિએ લગ્ન કર્યા. અને એક પુરૂષ બાળકનો જન્મ થયો હતો. કીર્તિએ એક એવી ભૂલ કરી જે પણ ચરણની યાદોને ભૂલી જાય છે. તેથી તે 4 વર્ષ માટે લંડનમાં FRCS ડિગ્રી માટે અરજી કરે છે. તેથી તેણીએ તેના પતિ અને તેના બાળકને કોડાઈકેનાલમાં છોડી દીધા.


4 વર્ષ પછી, 23 જુલાઈ, 1996ના રોજ, તેણી તેની ડિગ્રી પૂરી કરીને કોડાઈકેનાલ પરત ફરી રહી હતી. કોડાઈકેનાલ રેલ્વે સ્ટેશન પર ચરણ રાહ જોઈ રહ્યો હતો અને ત્યાં કોઈ નહોતું. નાના સફેદ વાળ, ઔપચારિક પોશાક અને વાંચન કાચ સાથે ચરણ પથ્થરની બેન્ચ પર એકલો બેઠો હતો. ધીમે ધીમે એક નાનકડો હાથ ઊંચો કરીને તેમની ચરણની જાંઘ પર રાખ્યો. તે ચારણનો પુત્ર સંજય છે. સંજય તેની માતાની આતુરતાથી રાહ જોઈ રહ્યો છે. સંજય પૂછે

છે "મા ક્યારે આવશે." ચરણે જવાબ આપ્યો, "થોડીવાર રાહ જુઓ, તે આવી રહી છે." ધીમે ધીમે ટ્રેન આવી. કીર્તિ મોટી ઉંમરે રેલ્વે સ્ટેશનમાં પ્રવેશી રહી હતી અને સંજયની વદ્ધધથી આશ્ચર્યચકતિ થઈ ગઈ હતી. તેણી અવાચક થઈ ગઈ અને એકબીજાને ગળે લગાડી અને અંતે સંજયે કહ્યું: "હું તારી મમ્મી, લવ યુ માટે રાહ જોતો હતો." તે બધું સમાપ્ત થઈ ગયું છે.

આભાર.

<u>નૈતિક:</u> સંબંધો કંટાળાજનક હોય છે જ્યાં સુધી તમને ખ્યાલ ન આવે કે તે એક બર્ધન છે.

સમાપ્ત.